ఏ సత్పుర

కుగ్రామ మగు '

గట్టించి శివప్రతిష్ఠ

నో లేదో యని

వాఁడో, ఏ సర్వస

బీదలగు పరిసరపు

లంటియుఁ బండు

ము పెట్టించియుఁ

విద్యావంతుఁడయ

సానులచే నాడించ

లకుఁ బోనని

వాఙ్మాధుర్యము

నో, ఏజ్యోతిష్క

పరమపదించెనో,

పుట్టి 'జయసం

నొందిన యీ మ

ఏ సాధ్వీవ

సత్కర్మముల వా

అంకితము.

ఏ సత్పురుషుఁడు తాను నిస్స్వుఁడయ్యు యాచిం
కుగ్రామ మగు 'మేడపాడు' నందు మహాలింగేశ్వరాలయము
గట్టించి శివప్రతిష్ఠం జేసెనో, ఏవిరాగి మఱునాఁటికిఁ దన కుండ
నో లేదో యని సందేహింపక యన్నదానముం జేయుచుండ
వాఁడో, ఏ సర్వసముఁడు తా నభ్యంజనముఁ జేసికొనునపుడ
బీదలగు పరిసరపు బాలబాలికలకు ముందుగ స్వయముగ తఁ
లంటియుఁ బందుగులలో నంత్యజులకుఁ బిండివంటలతో భోజ
ము పెట్టించియుఁగాని తృప్తి నొందకుండెనో, ఏసంయమి సంగీ
విద్యావంతుఁడయ్యు సంగీతము సర్వేశు నుతించుటకే గా
సానులచే నాడించుటకుఁ బాడించుటకుఁ గాదని, సానిమేళవ
లకుఁ బోనని శపథమూనియుండెనో, ఏ పౌరాణికుఁడు త
వాఙ్మాధుర్యముచే శ్రోతల నానందవార్ధిమగ్నులం జేయుచుం
నో, ఏజ్యోతిష్కుఁడు తన మరణదినముఁగూడఁ జెప్పి య
పరమపదించెనో, వెనుకటి 'ప్లవంగసం॥ర జ్యేష్ఠ శుద్ధ ౧౩ నాఁడు
పుట్టి 'జయసం॥ర ఆశ్వయుజ శుద్ధ ౬ నాఁడు' పరమపదవ
నొందిన యీ మాతండ్రిగారగు వెంకయ్యగారికిని,

ఏ సాధ్వీమణి భర్తకుఁ దోడునీడయై యన్నదానా
సత్కర్మముల నాచరించెనో, ఏసతీమతల్లిక దానాసక్తిచే వండ

ఓమ్!

పరిక్షిత్తు.

(నాటకము)

గ్రంధకర్త:

పెండ్యాల వేంకట సుబ్రహ్మణ్యశాస్త్రి.

అయిదవ ముద్రణము

పిఠాపురము

శ్రీ విద్వజ్జన మనోరంజనీ ముద్రాక్షరశాలయందు

ముద్రింపఁబడినది.

1937.

[వెల రు 0-12-

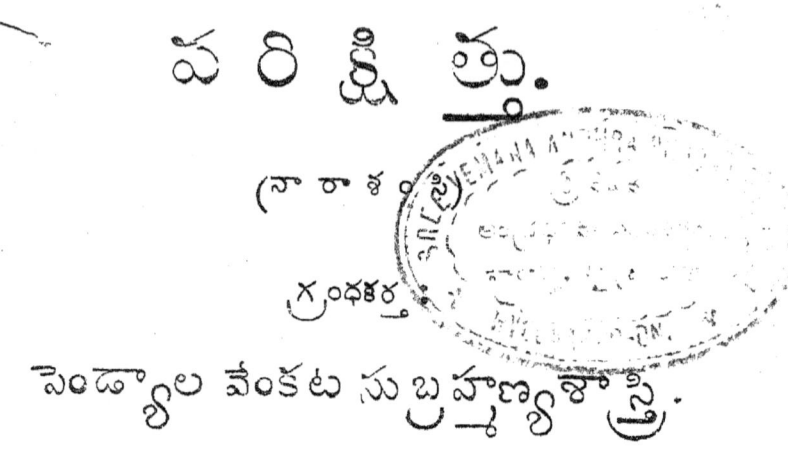

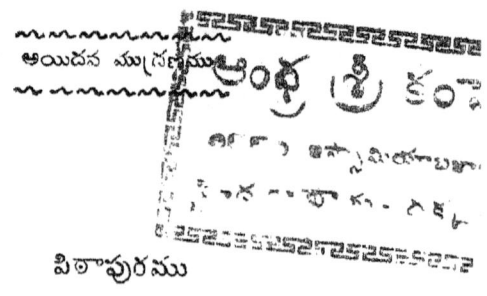

అంకితము.

---:o.---

ఏ సత్పురుషుఁడు తాను నిస్స్వుఁడయ్యు యాచించి స్వగ్రామ మగు 'మేడపాడు' నందు మహాలింగేశ్వరాలయముఁ గట్టించి శివప్రతిష్ఠం జేసెనో, ఏవిరాగి మఱునాఁటికిఁ దన కుండునో లేదో యని సందేహింపక యన్నదానముం జేయుచుండువాఁడో, ఏ సర్వసముఁడు తా నభ్యంజనముఁ జేసికొనునపుడు బీదలగు పరిసరపు బాలబాలికలకు ముందుగ స్వయముగ తలలంటియుఁ బంధుగులలో నంత్యజులకుఁ బిండివంటలతో భోజనము పెట్టించియుఁగాని తృప్తినొందకుండెనో, ఏసంయమి సంగీతవిద్యావంతుఁడయ్యు సంగీతము సర్వేశు నుతించుటకే గాని సానులచే నాడించుటకుఁ బాడించుటకుఁ గాదని, సానిమేళములకుఁ బోవనని శపథమూనియుండెనో, ఏ పౌరాణికుఁడు తన వాఙ్మాధుర్యముచే శ్రోతల నానందవార్ధిమగ్నులం జేయుచుండెనో, ఏజ్యోతిష్కుఁడు తన మరణదినముఁగూడఁ జెప్పి యట్లే పరమపదించెనో, వెనుకటి 'ప్లవంగసం॥ర జ్యేష్ఠ శుద్ధ ౧౩ నాఁడు' పుట్టి 'జయసం॥ర ఆశ్వయుజ శుద్ధ ౬ నాఁడు' పరమపదము నొందిన యీ మాతండ్రిగారగు వెంకయ్యగారికిని,

ఏ సాధ్వీమణి భర్తకుఁ దోడునీడయై యన్నదానాది సత్కర్మముల నాచరించెనో, ఏసతీమతల్లిక దానాసక్తిచే వండుకొను గిన్నె నొక యన్నసత్రనిర్మాతకును, మంగళసూత్రము

నొక విద్యావంతుఁడు తపస్వియు నగు సద్బ్రాహ్మణుని వివాహ-
మునకును, భర్త్రాజ్ఞచే దాన మొసంగెనో, ఏజనని తాను మంచ
ము పట్టినను, ఏఁబదిమూఁడేండ్లుగల నన్నుఁగూర్చి నాయన
భుజించినఁ గాని తాను భుజంప నని మనుమరాండ్రతో నను
చుండునో, ఏశిశువత్సల తల్లిలేని నాయిరువురుకుమార్తెల నమృత
హస్తయై పెంచి పెద్దవారిం జేసెనో, ఏపుణ్యవనిత గర్భశోకము
నెఱుఁగక మువ్వురుకొమరులు, పదిమందిమనుమలు, ముమ్మను
మలు కలదియై విద్వత్పుత్త్రిక, విద్వత్సోదరి, విద్వద్భార్యక,
విద్వత్పుత్త్రయై, అదృష్టవంతురా లనిపించుకొనుచు, వెనుకటి
'కాళయుక్తి సం॥ర ఆశ్వియుజ శుద్ధ ౧౫ నాఁడు' జన్మించి 'ఈ
యాంగీరససం॥ర ఆశ్వియుజ శుద్ధ ౬ నాఁడు' (ది 12-4-32సం॥)
పరమేశ్వర సన్నిధానమునకుఁ జేరెనో యీ మాతల్లి రామాంబ
కును,

సచ్చరితమగు నీపరిక్షిచ్చరితము నంకిత మొనర్చు
చున్నాను. ఇది నా పితృదేవతములకుఁ బుష్పసదృశ మగుఁ
గాక.

పెండ్యాల వేంకట సుబ్రహ్మణ్యశాస్త్రి.

ఓమ్ !

పీఠిక.

పెక్కేండ్లు కళాశాలలలోను, ఉన్నతపాఠశాలలలోను, సంస్కృతాంధ్రభాషల కుపాధ్యాయుఁడనుగా నుండి బాలుర మనస్తత్త్వముల గుర్తెఱిఁగి యీగ్రంథము ననుభవపూర్వకముగ వ్రాసితిని. బాలురకు భాషతోఁగూడ, ప్రాచీనచరిత్ర, స్వసాంఘికమతాచారములు, దైవభక్తియు నేర్పుట మిగుల నావశ్యకమై యున్నది. మఱియు భారతీయులకుఁ బరమప్రమాణములగు వేదములలోని యంశములుకూడ బోధించుట ముఖ్యతమము. ఇపుడు విద్యార్థులు భవిష్యత్తున గృహస్థులు కాఁగలరు. వారు గృహస్థాశ్రమస్వీకారము నొందునప్పు డెటులఁ బ్రవర్తింపవలెనో తెలిసికొనుట యత్యవసరము. మఱియు దేశభక్తియు రాజభక్తియుఁ బ్రతిజనునకు ముఖ్యతమములు. పై యంశముల నిందు బీజప్రాయములుగఁ బొందుపఱచితిని. దీనిని గడచిన యేడేండ్లలోను బెక్కండ్రు పండితు లాదరించుటచే నాపరిశ్రమము వ్యర్థము కాలేదని యీనవముద్రణము జేయించితిని.

ఇట్లు

పెం. వేం. సు. శాస్త్రి.

విషయసూచిక.

పరిక్షిత్తు.

—.o.—

ప్రథమ ప్రపాఠకము.

ప్రథమానువాకము.

పూర్వగాథ.

శ్రీమహావిష్ణునాజ్ఞచేఁ బ్రవర్తించు నిప్పటి చతుర్ముఖుని ద్వితీయపరార్థమున, శ్వేతవరాహకల్పమునం దగు వైవస్వత మన్వంతరంబునందలి యీకలియుగమునఁ బదునాఱువందలయిరువదాఱు సంవత్సరములు గడచినపిమ్మట * శ్రీమతంబగు నీ భరతఖండంబున నొకమహాసమరము ప్రవర్తిల్లెను. అది కురుక్షేత్రము కేంద్రస్థానముగాఁ గలది యగుటచేఁ గురుక్షేత్రసంగ్రామమనియు, కౌరవులకుఁ బాండవులకు నైన యుద్ధమగుటచేఁ గురుపాండవయుద్ధమనియు భరతవంశస్థులే యందుఁ బ్రధాన నాయకు లగుటచే భారతయుద్ధమనియుఁ బేరు వడసెను.

అమ్మహాజన్యమునఁ బెక్కువేలుగజములు, ననేకలక్షల హయములు, మడియుటయే కాక, డెబ్బదిరెండులక్షలకు మిం

* విష్ణు వాయు భాగవతాది పురాణములనుండి యీకాలనిర్ణయము చేయఁబడినది.

చిన దృఢాంగులగు మనుష్యులును మృతినొందిరి. ఆవీరులలో శతాధికవయస్కులు మొదలు పదునాఱేండ్ల ప్రాయమువఱకుఁ గలవా రుండిరి. భరతఖండ మిప్పటివలె నప్పుడు ముప్పది మూఁడుకోట్ల జనసంఖ్య గలదికాక, స్వల్పజనసంఖ్యాకలిత మగుటచే నంతటి జననష్టమును సహింపలేక నతితమముగా సంక్షోభించెను. దేశమునం దేమూలఁ జూచినను, తండ్రులు సోదరులు సుతులు భర్తలు బంధువులు గతించుటచే నవయు ననాథలగు సతీమతల్లులకన్నీటిచే భారతభూమి పంకిలమై వారి రోదనములచే దశదిశలు ప్రతిగోదనముఁ జేయుచుండెను. కురుక్షేత్రము యుద్ధమున కెటులు కేంద్రస్థాన మయ్యెనో, స్త్రీల రోదనములకును నటులనే కేంద్రస్థాన మయ్యెను. అందు హాస్తిపురి మఱియు డిమిబొట్టయ్యెను. ఆపట్టణమునం దేవంకఁ జూచినను భర్తృబంధుసుతాదులమరణములచే శోకించువనితలరోదనములే—ఏవైపుఁ జూచినను బంధుమరణకారకులగుఁ బాండవుల శపించువాక్యములే—ఏదెసఁ జూచినను యుద్ధములోని భయంకరవార్తాప్రసంగములే—ఏప్రక్కఁ గనుగొనినను భర్త్రాదిమరణములచే నగు వృత్తిభంగమువలననైన దరిద్రతకుఁ గాతరులగు స్త్రీలయొక్కయు, బాలబాలికలయొక్కయు, వృద్ధులయొక్కయు విలాపములే—ఏదిశం గనినను క్షతగాత్రుల హాహాకారములే ప్రవర్తిల్లెను. హాహాకారములతోఁగూడిన యుద్ధములోని సైనికుల విషాదమరణములఁ జూచియుఁ బురిలోని రోదనముల వినియు

బంధుమిత్రపుత్రాదుల మరణములచే మహావిచారము నొందియు ధర్మరాజు కృపణతాసంతప్తహృదయుండయి విరక్తిచే రాజ్యము నొల్లననఁగా, సోదరులు, ద్రౌపది, మొదలగు వారాతనిఁ బ్రవత్తిమార్గమునకుఁ ద్రిప్ప నెంతగాఁ బ్రయత్నించినను నాతనిమనస్సు తేఱుకొనదయ్యె. పిమ్మట శ్రీకృష్ణభగవానుఁడును, కర్మయోగంబునకుఁ ద్రిప్ప నెంతయో యత్నించె. యుద్ధారంభమున నర్జునుని మోహముంబోలె నేఁడు ధర్మజుని 'కార్పణ్యదోషోపహతస్వభావమును' శ్రీకృష్ణుఁడు పోఁగొట్టలేఁడయ్యె. పిమ్మట శ్రీవ్యాసభగవానుఁడు తనవాఙ్నైపుణ్యముచే నాతని కుపదేశించిన ప్రవత్తిమార్గమునుండి పెడమొగము పెట్టించి రాజ్యాభిషేకమునకును, పిమ్మట మూఁడశ్వమేధయాగములఁ జేయుటకును హేతువయ్యెను. వ్యాసు నానతి ధర్మరాజు "అహీన"ము నశ్వమేధముఁ జేయ నెంచెను. పాండవులు సంతానవినాశముచే సంతప్తులగుచు, అభిమన్యుకళత్రమగు నుత్తర గర్భవతి గాన తద్గర్భస్థశిశువునందే తమ సకల మనోరథముల నాధారముఁ జేసికొని యూఱడిల్లుచుండిరి. అశ్వమేధయాగమునకు ద్రవ్యమును సంపాదించుటకుఁ బోకతప్పనందున ధర్మజుఁడు, స్వసైన్యుఁడగు *'యుయుత్సుని' పురరక్షణమునకు నియోగించి సోదరులను, సైన్యమును దోడ్కొని వ్యాసోపదేశముచే,

* ధృతరాష్ట్రునకు వైశ్యాస్త్రీయందుద్భవించినవాఁడు. యుద్ధకాలమునఁ బాండవులపక్షముఁ జేరి జీవించెను

ఉత్తరాప్రసవకాలమునకుఁ బూర్వమే హిమాలయోత్తరభాగము నకుఁ బోయెను. ధర్మరాజాదులు పురము వెలువడిన మఱు నాఁడె యశ్వమేధయాగనిర్వహణమునకు ధర్మజునిచే నంతకు మున్నె యాహ్వానితుఁ డగు శ్రీకృష్ణభగవానుఁడు తద్యాగనిర్వ హణ కుతూహలాయత్తచిత్తుఁడయి సహోదరమిత్రపరివారముగ హస్తిపురి కేతెంచెను.

ద్వితీయానువాకము.

పరిక్షిజ్జననము

శ్రీకృష్ణుఁడు హస్తిపురిఁ బ్రవేశించిననాఁడె యుత్తరకుఁ సవవేదన మారంభ మయ్యెను. ఆమె సూతికాగృహము, రిష్టోచితపరికరసహితమై, అరిష్టశూన్యమై, అనిష్టహైన్యమై గదాధరపరిరక్షితమై, అగదంకారసన్నిహితమై, యొప్పెను. మ ఱియు ధవళకుసుమయుక్తములు, సితసర్షపసహితములు లాజ పూర్ణములు నగుకుంభములచే శుభప్రదంబై విరాజిల్లెను. ప్రజ్వ లితాగ్నిచేతను, ప్రదీప్తశస్త్రాస్త్రములచేతను, పిచుమందవల్ల వాదులచేతను, బాలగ్రహాదిభూతపరిహారభూతమై, చికిత్సకలు

దక్షులు చతురలు వృద్ధలు హితలు నగు పుణ్యవనితలచేఁ బరిపరి విధములఁ బరిశోధింపఁబడుచు నిర్మలమై యుండెను.

ఆమె ప్రసవ వేదనా దోధూయమాన యగుచుండియు, అభిమన్యు మరణజ్ఞప్తిచేఁ జింతామగ్నయయ్యు, జనిష్యమాణ పుత్రముఖావలోకన కౌతూహల మొకవంక నాకర్షించి దుఃఖాపనోదన మొనర్చుచుండ స్వల్ప ప్రసవవేదన మొందియె పురుష శిశువుం గనెను.

వెంటనే పుణ్యాంగనలు పురుషుఁడు పుట్టె పురుషుఁడు పుట్టెనని కేకలు వెట్టిరి. పౌరులందఱు సంతోషసూచకధ్వనులఁ జేసిరి. వెన్వెంటనే మృతశిశువని సూతికాగృహములోనివారు వెక్కివెక్కి యేడ్చిరి. కుంతీసుభద్రాదులకే కాక పౌరులందఱకుఁ గలిగిన యానందశోకరసముల భావశబలత యొక్కక్షణములోఁ శోకరసమునకు స్థాయీభావహేతువయ్యెను. ఉత్తర మృతశిశువుం గనుటను వినుటచేఁ గృష్ణసాత్యకులకుఁ గూడ విషాదము జనింపఁ గృష్ణుఁడు సాత్యకితోఁ గుంతియున్నెడకు సత్వరంబున జనుదెంచుచుఁ దన కెదురుగవచ్చు కుంతీసుభద్రాద్రౌపదులఁ గాంచి తానును విషాదాకులమానసుండయ్యె. అప్పుడా పృథ పురుషోత్తమునికడ డగ్గుత్తిక నెలుంగువిగుల నిట్లని యేడ్చెను.

“కృష్ణా! నాకును మత్సంతతికిని నీవే గతియైయుంటివి; కుఱ్ఱయగు నీ మేనల్లునకుఁ గ్రూరుండగు నశ్వత్థామయొక్క యిషీకాస్త్రప్రహతిచే మృతబాలుం డుద్భవించెను. అయ్యశ్వ

త్థామ దారుణం బగు బ్రహ్మశిరోస్త్రముఁ బ్రయోగించునపు డుత్తరాగర్భస్థశిశువు నవశ్యముఁ గాచెదనని కృపామూర్త్తిచిత్తుఁడ వై ప్రతినఁజేసితివి. కాన శిశువుఁగను బ్రతికింపవా? ఆశిశువు యొక్క- జీవితముతోడనే రాజ్యశ్రీయు నున్నది. ఆశిశువు బ్రతుక కున్నయెడల ద్రౌపదీసుభద్రలు జీవింపరు. ధర్మజుఁడు నాతని సోదరులు నట్టివారె. ఈవంశమునకు పిండప్రదానము లా శిశువు జీవింపకున్న నెవరును. మత్స్యనందన నీచే నొకనాఁడు “నీగర్భజనితుఁడు నాచేఁ గాపాడఁబడు నని యనుగ్రహింపఁ బడినది. కాన నీమె యార్త్తిని దొలఁగింపవే! నీపలుకులను నిలి పితివి; దాని నీబాలుని జీవింపఁజేసి స్థిరపఱుపవే” అని వెక్కి వెక్కి-యేడ్చి యిలాతలంబున కొఱఁగెను. అప్పుడు నరసఖుండగు గోవిందుఁ డాపృథను లేవనెత్తి యనునయవాక్యంబులఁ బల్కుచుండ సుభద్రయు నిట్లు విలపించెను.

“కృష్ణా! గురుపుత్త్రుండు భీమునిపై నెత్తిన మహాస్త్రముయొక్క-ఫలము నర్జునుఁడును దత్పత్నియుఁ దమను బొందిరి. మఱఁది యా యభిమన్యుపైఁ గల యధికప్రేమముచే నాతని మరణమునకు వగచుచుండ నీమనుమఁడుఁగూడ నిట్లు నష్టమయిన నాతఁ డేమగునో నీకే తెలియును. ధర్మజుఁ డేరీతిని నెవ్వగ భరియించును? భీముఁడును గనలు నేరీతి దుఃఖశాంతి నొందుదురు? కృష్ణా! వినుము; గురుసుతుఁ డస్త్రముఁ బ్రయోగించునప్పుడు నీ వాతని నదలించి కుచ్చితుఁడా! నిన్ను మోఘాస్త్రుం జేతు

నంటివి. ఉజ్జ్వలతేజుఁడవగు నీ మహితానుభావము మాకుఁ దెలియుటచే నూఱడిల్లియుంటిమి. అశ్వత్థామాస్త్రభీతి నొంద కుంటిమి. సత్యదయాశ్రితాభిరక్షలు నీ నైజగుణములు. నీ కనేకవందనములఁ జేతుము. దేవా! వెఱ్ఱులమై మేము వగపుచే వివిధప్రలాపములు నీయెదురఁ జేయుచుంటిమి గాని, లోకము లన్నియు మృతినొందినను బునరుజ్జీవింపఁ జేయు శక్తిగల నీవు మాకులంబుఁ గాపాడక నీమేనల్లుని పౌత్రుఁ జావవిడుతు వా?" అని శోకించె.

అంతఁ గృపాలోకంబులు మల్లడిఁగొను మొగంబుతో శ్రీకృష్ణభగవానుఁడు మేఘగంభీరస్వనంబున బాలుఁ బ్రదుకఁ జేయుదునని యెల్లవారు మోదమందఁ బలికి కుంతీసుభద్రాదుల వెంట సూతికాగృహంబుఁ బ్రవేశింపఁ బురోగామియగు ద్రౌపది యడుగులఁ బుడమిఁ బడియున్న యుత్తరను లేవనెత్తి 'మత్స్య నందనా! మాధవుఁ డేతెంచెఁ గనుమా' అన నమ్మానిని వికీర్ణ వేణీభరంబుతో వెన్నునకు మ్రొక్కుచు మాధవా! "భక్తార్తిఁ బాపుట నీకతిప్రధానవ్రతముగాదా? ఈబాలుని బ్రతికింపవా? గోవిందా! నీవు నీమేనల్లునకుఁ గొడుకైన వానికుమారుని ద్రోణ నందనుఁడు కూలియఁజేయఁగలాఁడే? పతిహీనయగు పాపాత్మురాలను నాకుఁ బుత్రహీనతయు నైన నేల బ్రతుకుదును? ఈవినుఁగుచావు నిక్క మయ్యేని నిక్కముగ విష్ణుఁడ నీమేనల్లుని తావున కేనును బోవుదును. పద్మనాభా! నీవు వచ్చినపుడు

నీసన్నిధికి బాలు నెత్తుకొనివచ్చి మ్రొక్కింతునని యాస పడు చుంటిని. ఆ యాసను ద్రౌణి వమ్ముచేసె" అని విలపించి యంత నిలువక మృతశిశువు నంకతలంబున నిడికొని తదాననం బాలోకించి "పుత్రా! లోకగురుండగు తాత దామోదరుఁడు వచ్చి యుండఁగా ధర్మవేది యగు తండ్రికి జన్మించిన నీవిట్లు ధర్మ వ్యతిరేకముగా మ్రొక్కకుండుట యుచితమా! కన్ను విచ్చి నన్నును గుంతిమహాదేవిని జూడవా? ద్రౌపదీసుభద్రలం గన వా?" యని బిట్టు పలవించుచు మూర్ఛిల్లెను. ఆమెయొక్క యప్పటియవస్థఁ గనుఁగొని కరుణాతిశయముచే మలినతనొందిన మనంబులు, సబాష్పనయనంబులు, వాడటిన మోములుగల కౌరవాంగనలఁ గాంచినఁ బగవారికైనను విచారాతిశయము గలుగకపోదు. ఇట్లుండఁ గొంతతడవునకు మత్స్యరాజనందన తెలివొంది యల్లయుండి ఫాలతలంబునఁ గేలు మొగిచి వెక్కివెక్కి యేడ్చుచు గోపాలదేవునకు మ్రొక్కుచు శరణుశరణని పలికిన నప్పరమకృపానిధి యోడకోడలిని పాపప్రక్షాళనోపస్పర్శనంబులఁ గావించి బ్రహ్మాస్త్రప్రయోగవిధిచే నశ్వత్థామప్రయుక్తంబును, బ్రహ్మశిరోనామకంబునునగు నమ్మహాస్త్రంబు నుపసంహరించి యబ్బాలుని మృతకళేబరమును శయ్యాతలంబునఁ బెట్టంబనిచి దరోల్లసితులై యెల్లవారు విన శ్రీకృష్ణుఁ డిట్లనియె. 'ఓవ్రజలారా! సత్యమగునామాట వినుఁడు. మీరును బాండవులు నిబ్బాలుం గని యామోదింపఁ బ్రతికెంతు నని ప్రతినసేసి,

తే. పగఱయెడ నైన నే బొంకు • పలుకనేని
సమరముఖమున నెన్నఁడుఁ • జలితవృత్తిఁ
బిఱిఁది కడుగిడనేని యి • ప్పిన్నవాని
యంగమున జీవ మీపొద్ద • యావహిల్లు.

క. ధరణీసురకులమునెడం
గర మెక్కుడు ప్రియము నాకుఁ • గలదేని, సధ
ర్మరతుఁడనయేని, నియ్యు
త్తరాసుతుఁడు లబ్ధజీవి•తత్త్వము నొందున్.

తే. మహితసత్యంబు పరమధ•ర్మంబు గాఢ
నిర్మలబ్రహ్మచర్యంబు • నిత్యసంప్ర
తిష్ఠితంబులై నాయందుఁ • దేజరిల్లు
నేని యిబ్బాలునకు జీవ • మిపుడువచ్చు.

అని పలుకునంతలో నబ్బాలకునిలో జీవంబు ప్రవేశించి యంగకంబులు గదల నచటనున్నవారల హృదయాంబుజంబు లాబాలకుని నయనాంబుజంబులునలె వికసించె. ఆసూతికాగృహంబును నబ్బాలకుని యంగకంబులు ప్రకాశించిన వడువునఁ బ్రకాశించె. బాలకుని రోదనధ్వనితోఁ గూడ సూతికాగృహగతులగుజనులహర్షధ్వనులును, వెనువెంటనే పౌరుల యానందధ్వనులును, శంఖఘోష దుందుభిభేరీకాహళాది మంగళధ్వనులు భూనభోంతరాళములఁ బొదుకొనియె. అట్టియెడ నుత్తర బాలు నంకాన నిడుకొని వాసుదేవునికడ కేతెంచి సాగిలఁబడి మ్రొక్కి

వినుతించె. నాటినుండియు శ్రీకృష్ణునకు 'పరిక్షిత్ప్రాణసంధాత' యను మహాబిరుదము కలిగె. కుంత్యాదు లానందసాగరమున నోలలాడుచు శ్రీకృష్ణు నానందపరవశవాక్యంబుల వినుతించిరి. ఆ హాస్తిపురమునందు శోకరసము పోయి యానందరసము వెల్లి విరిసె. అప్పుడు శ్రీకృష్ణుఁ డుత్తరాసూనుఁ జేతఁ నిడుకొని, ఇబ్బాలుం డాదిరాజగుణయోగియు వంశోద్ధారకుండును నగుఁ గాక అని యాశీర్వదించి,

తే. ఆత్మకులము పరిక్షీణ ♦ మైన జనన
మందెఁ గాన నియ్యభిమన్యు ♦ నందనునకు
నర్హ మగుఁ బరిక్షిన్నామ ♦ మనియెఁ గృష్ణుఁ
డఖిలజనములు వినఁ గౌర ♦ వాధినాథ.

మఱియుఁ గొంద ఱీబాలుఁడు గర్భస్థుఁడై యున్నకాలముననె శ్రీకృష్ణుఁ డశ్వత్థామప్రయుక్తాస్త్రవహ్నిచేఁ గాల్పఁబడునని యిబ్బాలు నంగుష్ఠమాత్రపురుషుండై యుత్తరాగర్భముఁజొచ్చి గదచే నస్త్రము నణఁచి రక్షించెననియు. బాలుఁడు పుట్టినతోడనే గర్భమునఁగాచిన యాశ్రీకృష్ణునికై నలుదిక్కులఁ బరీక్షించెను గానఁ బరీక్షిత్తుఁ డయ్యెననియుఁ జెప్పుదురు. అందువలన నితనిఁ బరిక్షిత్తనియు, బరీక్షిత్తనియు రెండువిధములఁ బిలుతురు.

ప్రాణములు కుదురుకొనిన వెంటనే ప్రపౌత్రుఁడని కుంతియుఁ బౌత్రుఁడని ద్రౌపదీసుభద్రలును, మేనల్లుని తన

యుఁడని కృష్ణబలదేవాదులును గాహితుఁడని మాతృస్వసలును రత్నాభరణాదుల నలంకరించిరి. ఒక్క యుత్తరయేకాక కుంతీ సుభద్రలుగూడ నీబాలు నల్లారుముద్దుగఁ బెంచుచు ముగ్గురు తల్లుల ముద్దుబిడ్డఁగాఁ జేసికొనిరి.

తృ తీ యా ను వా క ము.

ధర్మజుఁ డశ్వమేధయాగముఁ జేయ నుద్యుక్తుఁ డగుట.

మును మరుత్తరాడ్యజ్ఞదత్త దక్షిణాధన మపారమగుటచే, విప్రులు దాని ననుభవింప శక్తిలేమిని హిమాలయోత్తర భాగమున నేకమనస్కులై దీని నెవ్వరు దెలిసికొనిన వారిది యగుఁగాక యని నిక్షేపముఁ జేసిన యపారధనమును, పాండవులు వ్యాసోపదిష్టవిధిచేఁ ద్రవ్వించి, యసంఖ్యాకంబులగు వేసడంబులపై, వృషభంబులపై, గుఱ్ఱంబులపై, బండ్లపై, మోయించుకొనుచు, పరీక్షిజ్జన్మవార్తను, శ్రీకృష్ణాగమనవార్తను, శ్రీకృష్ణుఁడు పరీక్షిత్తును బ్రతికించినవార్తను, మధ్యేమార్గంబున నాలించి యపారానంద సాగరమున నోలలాడుచు, హస్తిపురి పరిసరంబునఁ గృష్ణాదులచే నెదుర్కొనఁబడి పరీక్షిత్తు జనియించిన నెల దినములకు శుభసమయంబునఁ బురిం బ్రవేశించి, ధృతరాష్ట్రాది కురువృద్ధుల కానంద మెసఁగ వందనపురస్సరంబుగ ధనలాభ ప్రాప్తిలాభానందవార్తల వారికి విన్నవించిరి. అంతఁ గృష్ణద్వైపాయనుఁ డేతెంచి ధర్మజునిచే నుచిత సత్కారంబుల నొంది, ధర్మ

నందనా ! నీకు గురువును, బ్రాహ్మణుఁడును నగు ద్రోణుని నసత్యమాడి కామకృతబ్రహ్మహత్యకుఁ గారణభూతుఁడ నైతిననియుఁ బితామహుఁడగు భీష్ముని, సోదరుఁడగు కర్ణుని వధించుటకుఁ గారణభూతుఁడనై జ్ఞానాజ్ఞానకృతదోషములఁ జేసితి ననియు, జ్ఞాతులగు భూరిశ్రవస్సుదత్త బాహ్లీకాదులను దుర్యోధనాదులను జంపించుటకు హేతుభూతుఁడనైతి ననియు, నీకు మనోవ్యథ మిక్కుటముగా నున్నది. నీసోదరులు నట్టి విచారమునే పొందుచున్నారు. ద్రోణవధమునకుఁ బ్రత్యేక మొక యశ్వమేధమును, జ్ఞాతి బాంధవ మిత్రాదుల వధములకు వేఱొక యశ్వమేధమును, నింతటి యుద్ధమైనను, నీసామ్రాజ్య మంగీకరింపని పరరాష్ట్రాధిపుల నదిమి కప్పములఁ గొని సమ్రాట్టువను ఖ్యాతి కొందుటకు మఱియొక యశ్వమేధమును, మొత్తమున మూఁడశ్వమేధములఁ జేయవలసియున్నది. దీనికి వేద మిద్విధమునఁ జెప్పుచున్నది. వినుము.

(1) "ఎవ్వఁ డశ్వమేధమును జేయునో యాతఁడు బ్రహ్మహత్యాదోషమునుండి తరించును; తరించును."

(2) "ఎవఁ డశ్వమేధయాగముఁ జేయునో యాతఁ

(1) "తరతి తరతి బ్రహ్మహత్యాం యోఽశ్వమేధేన యజతే" కృష్ణయజుర్వేద॥

(2) "యోఽశ్వమేధేన యజతే సర్వ ఏవ భవతి సర్వస్య వా ఏషా ప్రాయశ్చిత్తిః సర్వస్య భేషజగ్ం సర్వం వా ఏతేన పాప్మానం దేవా అతరన్నపి వా ఏతేన బ్రాహ్మహత్యామతరం త్సర్వం పాప్మానం." కృష్ణయజుర్వేద॥

డన్ని సత్కర్మములను జేసినవాఁడై యగును. అన్ని పాపములకు నిదియే ప్రాయశ్చిత్తము. సమస్త మనోరోగములకు నిదియె దివ్యౌషధము. ఈయజ్ఞముచేతనే దేవతలు సర్వపాపములను బోఁగొట్టుకొనిరి. ఇంతమాత్రమె కాదు. దీనిచేతనె దేవతలు బ్రహ్మహత్యనుగూడఁ బోఁగొట్టుకొనిరి.”

అందువలన సకలజ్ఞాతివధమహాదోషమే కాక ద్రోణ వధమునకుఁ జేయదగు ప్రాయశ్చిత్తముఁగూడ నీవు చేసికొనిన వాఁడ వగుదువు.

(1) “ఏవఁడు రాష్ట్రాక్రమణముఁ జేయునో వాఁ డశ్వమేధముఁ జేయు” నని కలదు. నీవింతటి సమరమున జయము నొందినను, ప్రాఁ బగల మనములఁ బెట్టుకొని ప్రాగ్దిశయందుఁ బ్రాగ్జ్యోతిషాధిపుఁడును భగదత్తుని సుతుఁడు నగు వజ్రుఁడును, మీపక్షమునను బోరి యుద్ధమున వీరమరణము నొందిన మగధేశుండగు సహదేవునిసుతుఁడు మార్జారి తనతాతయగు జరాసంధ పక్షాభిమాని యగుట నాతండును, దక్షిణదిశను, త్రిగర్తులును, దశార్ణదేశాధీశుఁ డగు చిత్రరథుండును, పశ్చిమమున సైంధవుని జ్ఞాతులును, నిషాదదేశంబున 'ఏకలవ్య' సుతుండును, పశ్చిమోత్తరభాగంబున గాంధారరా జగు శకునిసుతుండును, నీసామ్రాజ్య మంగీకరింపక ధిక్కరించుచున్నారు. వారల నోడించి సామ్రాజ్యము నిల్పుకొనుటకై మూఁడవయశ్వమేధ మవసర

(1) యో రాష్ట్రం క్రామతి సోఽశ్వమేధేన యజతే కృష్ణయజుర్వేదః

మనిన యుధిష్ఠిరుఁడు 'ఓమహానుభావా! నే నశ్వమేధము చేయుటచే నాపాతకములు నశించును గాని తక్కిన నాసోదరుల యొక్కయు, సాత్యక్యాదులయొక్కయుఁ బాతకము లెట్లు తొలఁగునో యానతీయవే' యన నప్పారాశర్యుం డిట్లనియె. యుధిష్ఠిరా! అందఱు నశ్వమేధము చేయనక్కఱలేదు. * అశ్వమేధయాగమున, అవభృథస్నానముఁ జేసిన నందఱకును బ్రహ్మహత్యాదోషము తొలఁగు నని, ధర్మశాస్త్రమునఁ గలదు కావున నీవు భూరిదక్షిణలతో ముఖ్యముగా మూఁడశ్వమేధములను జేయుమన, ముకుందుండును దగినతెఱంగున ముచ్చటింప, ధర్మజుఁడు వల్లెయనె. ద్వైపాయనుఁడు రాఁబోవు చైత్రశుద్ధపూర్ణిమనాఁడు సంకల్పముఁ జేసి యశ్వమును భూప్రదక్షిణమునకై విడువు మన నయ్యుధిష్ఠిరుండును దగినవారలఁ దన యశ్వములలో నశ్వమేధోచితమగు దాని నేఱుఁ డచ వారట్టి యశ్వము నేఱి ముందు నిలుప సంతసిల్లి యది పారాశర్యున కెఱుకపఱచి యధ్వర్యాదుల నేర్పఱుపఁగోరెను. అందుల కాకృష్ణద్వైపాయనుఁడు కర్మమీమాంసాశాస్త్రకర్త యగు జైమినికి శిష్యశిష్యుం డగున యాజ్ఞవల్క్య నధ్వర్యునిగాను, తన శిష్యులగు పైలునిఁగాఁ దక్కినఋత్విజులనుగాను నేర్పఱుప నయ్యాజ్ఞవల్క్యుండు శ్రౌతవిధులఁ దెలిసిన తనశిష్యు నొక్కరు మేధ్యమాశ్వముతో భూవల

* సూ॥ అశ్వమేధినంవా వభృథ మేవాపేత్య ముచ్యతే॥ ఆపస్తంబ ధర్మసూత్ర॥

యముఁ జుట్టివచ్చునపు డయ్యెయెడలఁ జేయఁదగు కర్మకలాపంబుల నిర్వర్తింప నియోగించెను. అశ్వరక్షణమున కర్జునుఁడె యర్హుఁడని కృష్ణాదులు తలఁచుటచే ధర్మజుఁ డాపార్థుచే ననిపించుకొని నియోగించి భీమనకులుల రాష్ట్రరక్షణమునకును, యజ్ఞార్థవస్తుసంపాదనమునకై సహదేవుని నియమించి, తాను ద్రౌపదీసమేతుఁడై గాంధారీ ధృతరాష్ట్రులచేతను, కుంతిచేతను, విదురుచేతను నభ్యనుజ్ఞాతుండై శుభముహూర్తంబున స్వస్తివాచనపూర్వకంబుగ దీక్ష వహించెను.

చతుర్థానువాకము.

అర్జున దిగ్విజయము.

పౌత్రలాభ మువతుఁడగుటను, పార్థుండు కొంత పుత్త్రశోకాపనోదము సేసికొని పవిత్రములు శౌర్యచేష్టలఁ గాంచి యానందించుటకు విఘ్నకారిణియు యశ్వమేధాశ్వరక్షణ మొండు సంప్రాప్తంబగుడు నిధ్యర్థంబుగఁ గైకొని జయజయధ్వానంబులు మిన్నుముట్టఁ బ్రజలు నుతింప నయ్యశ్వంబువెంటఁ బ్రయాణమయ్యెను.

అప్పు డయ్యజాతశత్రుఁ డర్జునుఁ గాంచి "అర్జునా! మహాయుద్ధమున జనసంహారమయ్యె. వీరాధివీరులు మడిసిరి. భూమి నిర్వీర్యయయ్యె కొలఁది వీరులుండినను వారు బాలురు;

క్షీరకంఠులు; ఎడమెఁదనమున నెవ్వరేని నిన్నెదిరించినను తొలుత దండోపాయ మూఁనక సామాదికము చేసినచే కార్యముఁ జక్కఁబఱుపుము. శాంత్యము గానియపుడు యుద్ధముఁ జేయు” మని బోధించి యాశీర్వదించి పంపె.

అశ్వజయుండును, యాజ్ఞవల్క్యశిష్యుం డశ్వమేధాశ్వము ఖాదము సేయునపుడు, నిలుచునపుడు, నీరుఁ ద్రావునపుడు, విష్ఠించునపుడు, మూత్రించునపుడు, చేయువిధులను విధ్యుక్తముగ నెఱవేర్చుచుండఁగా దిగ్విజయమునకు వెడలెను. రుక్మపట్టమును ధరించి ధాన్యాదియై వచ్చని పూలదండవలె సాగుచుండిన యయ్యశ్వము చూపఱకు నింపుగ నుండెను. (1)అశ్వసంరక్షణమునకై పురోగాములై కవచములఁ దొడిగి కవదొనలఁ బూని నూర్వురు రాజపుత్త్రులును, నూర్వురు రాజన్యులును, నిరుపార్శ్వంబులను నిషంగములు గలిగిన నూర్వురు సూతపుత్త్రులు, నందఱె గ్రామాధికారుల పుత్త్రులును, శతసంఖ్యాకు లగు కరగ్రాహుల పుత్త్రులును, నందఱుఁది దండధారులును, దృఢాంగులగు నశ్వసైనికులును, నశ్వమేధాశ్వముం బలిపి రక్షించుచుండిరి.

ఆ యశ్వము భూప్రదక్షిణముగఁ బోయి (2) ప్రాగ్జ్యో

---

(1) శతపథబ్రాహ్మణ ఐతరేయ బ్రాహ్మణములనుండి యీయంశములు గ్రహింపఁబడెను

(2) ఇప్పటి అస్సాము పూర్వము ప్రాగ్జ్యోతిషము.

తిపమునఁ జొచ్చెను. తత్పురాధీశుఁడగు వజ్రదత్తుఁడు (భగదత్తుని పుత్త్రుఁడు) భగదత్తు నర్జునుఁడు సుప్రతీకముతోఁగూడ మహా యుద్ధమునఁ జంపెనను పగ మనంబున నంటియుంటయు, యౌవనగర్వంబు దన్నుఁ బురిగొల్పుటయుఁ గారణంబులుగా వాఁడా సైన్యము నెదిరించి మేధాశ్వముం బంధించెను. అర్జునుఁ డన్న యూనతిచే నామవాక్యము లెన్ని చెప్పిన నాతఁ డాలకింపనందున మహాజన్య ముభయులకును మూఁడునాళ్ళయ్యెను. నాలవనాఁ డర్జునుఁడు వజ్రదత్తు మహాగజమును నేలఁ గూల్చి యాతని నలయించి 'జితోఽస్మి' యనిపించి సాదరముగ నాతని నశ్వమేధమున కాహ్వానించెను. పిమ్మట నయ్యశ్వము రాజగృహ పట్టణ పరిసరమునం బరిభ్రమింప జరాసంధపౌత్త్రుండును మాగధేశుండును నగు మార్జారి, తనతండ్రి సహదేవుఁడు పాండవ పక్షపాతి యైనను, పితామహునియందలి యభిమానముచేతను, పడుచుఁదనమునకుఁ బరిపాటియగు గర్వముచేతను నర్జును నెదిరించి ఘోరరణ మొనర్చి యోడి విజయునకు విజయము నిచ్చెను. పిమ్మట నాతనిచే నాహూతుండై ధర్మజు నశ్వమేధమునకు వచ్చెద ననెను. తరువాత నాయశ్వ మర్జునుఁడు వెన్నాడ ఉత్కల కళింగాంధ్ర చోళాది దేశములు నిరాతంకముగ నిర్గమించి ద్రావిడదేశమునకుఁ జరలెను. అట, మణిపూరు పురాధీశుండును, చిత్రాంగదార్జునులకు జన్మించి మాతామహుండగు మలయధ్వజునకు దత్తుఁడైన బభ్రువాహనుం డర్జును రాక వా

దవ్వుల నే పితృభక్తి పురస్సరముగ నెదుర్కొని గౌరవించెను.

అయ్యర్జునుండును, భీష్ము నన్యాయముగ శిఖండి నెపంబునఁ జంపినందులకుఁ దనపైఁ గినిసి వసువులు గంగాదేవి యనుమతిఁ గొని తన్నుఁ బెడ శపింపఁ దచ్చాపమహిమము ప్రేరేచుటచె, బభ్రువాహనునిఁ జూచి యిట్లనియె. "నీవు క్షత్రియునకుఁ బుట్టినవాఁడ వైతేని యాగాశ్వము బంధింపక విడిచెదవే" అని నిందింప నాతం డేమియు మాఱువలుకనేరక పురికి మఱలి వచ్చుచుండఁ బుట్టాబుట్టువు నాగకాంతయును, అర్జునుభార్యయు నగు, ఉలూపి బభ్రువాహనునకుఁ గాన్పించి, తన్ను సాపత్నిగా నెఱింగించుకొని యర్జునునితో బభ్రువాహనుని సమరమునకుఁ బురికొల్పెను.

బభ్రువాహనుఁడును దాను క్షత్రియుఁడన యని యర్జును నెదిరించి ఘోరరణము గావించి యర్జునాస్త్రములచేఁ దాను మూర్ఛమునుంగులోన, తనయస్త్రములచేఁ బార్థుండును సగము చచ్చునట్లు చేసెను. పిమ్మట నులూపి సంజీవమణిని దెచ్చి సేద దేర్చి బభ్రువాహనునిచే నర్జునునెదపై నుంపించునంతలో నర్జునుండును నిద్దురనుండి లేచినవానివలె లేచి యులూపిచే నావచ్ఛాపవృత్తాంతమును విని యానందించి యులూపీ చిత్రాంగదా బభ్రువాహనుల నగ్గించి వారల నశ్వమేధయాగమున కాహ్వానము చేసి పశ్చిమాభిముఖుండై యజ్ఞాశ్వమును వెన్నంటిపోయెను.

అట్లు పోయి పోయి యాతఁడు త్రిగర్తదేశముఁ

జొచ్చెను. త్రిగర్తులకు నర్జునునకు నెడతెగని వైరము గలదు. *త్రిగర్తాధీశుఁడగు సుశర్మ కురుక్షేత్రసంగ్రామమునఁ బదునెనిమిదిదినములు ససైన్యసోదరుఁడై ఘోరముగఁ బోరి యర్జునుని చేతనె మృతినొందెను. భారతయుద్ధమున శ్రీకృష్ణునంతటి మహానుభావునిసయితము సంశప్తకులచే నర్జునుఁడేమయ్యెనో యని కంట నీరు వెట్టునట్లు చేయఁగలిగిన శూరులగు త్రిగర్తదేశీయు లశ్వముతో నర్జునుఁడేతెంచెనని విని యూరకుందురా? తమ పితృభ్రాత్రాదు లర్జునుచేఁ జచ్చిన పగను మఱతురా? అశ్వమును బంధించి ఘోరసమరమునకు గడంగిరి. అర్జునుం డజాతశత్రుని సందేశము నెఱింగించినను, పితృపితామహాదుల మరణామర్షణ మెదల మెఱుగుచుండుటచేఁ ద్రిగర్తనివాసులు సూర్యవర్మ యను రాజుం బురస్కరించుకొని యర్జునుపైఁ గవిసిరి. ఆసూర్యవర్మయు నాతనిసోదరులు కేతువర్మ ధృతవర్మలును వెనుదీయక పోర నతఁడు కరుణాపెంపున వారికి నొవ్వడరకుండ యుద్ధము చేయుటచే నది బలహీనతగా నెంచి ధృతవర్మ యర్జును గాండీవము చేతినుండి పడునట్లు నేసి యాతనికిఁ గోపముఁ దెప్పించెను. పిమ్మట నాతనిచే నేటులువడి సోదరసైన్యసహితముగాఁ బరువిడఁ గొందఱు త్రిగర్తులు నర్జును శరణు సొచ్చిరి. అందుల

* త్రిగర్తదేశము రాజపుత్రస్థానములోని కొంతభాగము. త్రి + గర్త=త్రిగర్త. గర్తమన గొయ్యి. "సాంబరు, సరు, డిద్వానా" యనునా సరస్సులుగల ప్రదేశమే త్రిగర్తదేశము కావచ్చును.

కాతండు వారలఁ గాంచి కాచితి నని వారల నధ్వరమున కాహ్వానముసేసి సింధుదేశము నశ్వానుయాయియై ప్రవేశించెను.

అన్యాయకృతములకు సైంధవ తత్పౌత్రవధములచే నెదలు విషాదకలితంబులగుడు సైంధవులు సైంధవపుత్రుని బురస్కరించుకొని సైంధవసమేతులుగా సైంధవారి నెరికట్టిరి. అర్జునుండును నయవాక్యంబుల వారిం దేర్పఁ జూచినను వారు కలఁకఁ దేలక యలుకమెయి నలుఁగుల నాతని ముంచిరి. ఫల్గునుండును నఫల్గుబాణంబుల సైంధవులను ముంచ నాయుంచ వెల్లిచేఁ బటాపంచలగు సైంధవపుఁ బటాలంబులఁ జూచి సైంధవసూనుఁడు భీతిచే నంతఃపురంబుచేరి హృదయ మవిసి యంతకపురి కరిగెను.

పతిపుత్రమరణంబులచే దుస్సహశోకాంబుధినిమగ్నయగు 'దుస్సల' బాలపౌత్రుఁ జేతుల నుంచుకొని వైధవ్యాపాదకుఁడగు నర్జునుపాదంబులపైఁ బడి నిర్వంశము కాకుండఁగ నీనికుఁగు నీపౌత్రుంబోలె రక్షింపు మన నర్జునుండు, తోడంబుట్టువునైన దయతలఁపక వైధవ్యయుక్తంబుగాఁ జేయు క్షత్రధర్మము నెద ననహ్యించుకొనుచు "సోదరీ! నీపౌత్రుఁడు నాపౌత్రు నట్టివాఁడ. నామేనల్లుఁడే" డన, దుస్సల దుఃఖాతిరేకంబుతో నాతనిదుర్మరణంబు విన్నవింప నాతం డెదురు శోకించి యామె నోదార్చి యభయ మొసఁగి మంత్రిపురోహిత దండనాథాదులఁ బిలిపించి సైంధవపౌత్రుని సింధుదేశసింహాసనమునం దునిచి

యీతండ యీదేశాధీశుండని యతని కభిషేచనముఁజేసి తన కరుణాఘితఁ జూపెను.

పిదప సింధువిషయంబు నతిక్రమించి శ్వేతవాహనుండు పంచనద విషయంబుఁ జొచ్చువాఁడు కట్టెదుర (1) "నిషాదస్థపతియు," నిషాద సైన్యముతోఁ గూడినవాఁడు నగు, ఏకలవ్య పుత్రునితో మహాహవము సేయవలసివచ్చె. ఏకలవ్యునకు నర్జునునకు విద్యాభ్యాససమయమునుండియు వైరము గలదు. గురుదక్షిణ యనెడు నెపమున ద్రోణుఁడేకలవ్యునంగుష్ఠము గొట్టించుటకుఁ గారణుఁ డర్జునుఁడె. శ్రీకృష్ణుఁడు జరాసంధునితోఁ బోరునపుడు జరాసంధపక్షమున వచ్చిన యేకలవ్యు నంతకపురి కంపెను. కురుక్షేత్రయుద్ధమున నేకలవ్యపుత్రుని కేకారణముననో ప్రవేశము గలుగలేదు. *సైంధవవధమునాఁటి మహారణము నిషాదదేశముననే యయ్యె. పైకారణములచే నేకలవ్యపుత్రుఁ డర్జునుహితోపదేశము వినక యెదుర్కొని యాతనితో ఘోర సంగ్రామముఁజేసి యోడి శరణన వాలెఁడు నిషాదస్థపతిం గాచి విడిచి యశ్వముతో గాంధారవిషయముఁ జొచ్చెను.

గాంధారరాజగు శకుని యాలోచనావిశేషమె కురుపాండవభేదహేతువు, లోకోపద్రవకర హేతువుగూడ నయ్యెను.

---

(1) నిషాదులకు రాజు (లేక) నిషాదుఁడైన రాజు. మఱియు నిషాదుఁడు రాజుగాఁ గలవాఁడు; అను నర్థములు చెప్పవచ్చును. బహువ్రీహి యిటఁ బొసఁగదు.

* ఈవృత్తాంతము సంస్కృతభారతమునఁ గలదు.

పాండవుల కపకృతిఁ జేసినవారిలో నగ్రగణ్యుఁడు శకునియె. కౌరవానీకములోఁ గడపటనుఁ బోరినముఖ్యులు గాంధారాశ్వికులె. సహదేవాదులు సంపూర్తిగ యుద్ధరంగగతులగు గాంధారుల నున్మూలించిరి.

అట్టి రణహతస్వసీయుల బంధువు లర్జుననామమాత్రశ్రవణముననే కినిసి కడపటఁ బోరాడ శపథములు పూని వివ్వచ్చు సాంత్వనోక్తులను వినక, ఆతనిని వివిధాయుధములఁ వేధింప, విజయుండును వివిధాస్త్రములఁ బ్రయోగించి విఫలులఁజేసి విజయంబుసేకొనియె. గాంధారరాజపౌత్రుని గాంధారీదేవి జ్ఞప్తికి రాఁ గరుణించి యామండలమున కభిషిక్తుఁ జేసెను. తదనంతరము కాశ్మీరమున కేఁగి శౌలుఁడను గోనందు నోడించె. ద్వారకనుండియే శుభాగమనవార్త విన్న కేటుకి పట్టణమిటఁ దనరాక కెదురుచూచు బంధుమిత్రామాత్యులానందపరవశులు, ప్రేమాంతరంగులు నగునటులు చేయుచు విజయుండు విజయంబులు సేకొని క్షతావయవంబులతో — బడలిన యొడలితో — ఈఁతకాఁ డొడ్డు సేరినరీతి సంతసిల్లుచు, మాఘమాసాంతమునకె యశ్వముతో యాగశాల కేతెంచెను. ధర్మజుండును ఋత్విక్పురోహితామాత్యులతోడను, విదురాదులతోడను నాతని నెదుర్కొని యాతని నమస్కృతు లందుకొని యాశీర్వదించి యాదరించెను.

పంచమానువాకము.

అశ్వమేధము.

అంతట చైత్రపూర్ణిమ యాసన్నంబగుడు ఋత్విగగ్రేసరుండగు ద్వైపాయనుండు సర్వఋత్విగనుమతిని, కార్తాంతికనిర్ణితాసన్నముహూర్తము ధర్మజున కెఱిఁగించి శాలాప్రవేశమున కాతనిఁ ద్వరిపెట్టెను. ధర్మజుండును, పవనజు నవలోకించి “శిల్పులను రావించి యిందానీతరాజన్యవరులకు, ఋషివర్యులకు, తక్కుఁ జాతుర్వర్ణ్యులకుఁ దగిన వసతుల నేర్పఱుపు”మని తాను శాలాప్రవేశ మొనర్చెను. భీముఁడు పలుశాలలను, పర్ణశాలలను, నిర్మింపఁజేసి, రాజన్యులను, తదితరులను విడియించి భోజ్యంబులను, చతుర్విధాన్నంబులను, ఖాద్యంబులను, పేయంబులను, పుష్కలంబుగఁ దృప్తిని గలిగించెను. ఆర్తజనులు భుజింప నొక్కపరి మోఁగు నొకఘంట నేర్పఱుప నది యాగాదినుండి యాగాంతమువఱ కన్నిదినములు నేకగతిఁ దెఱిపిలేకుండ మ్రోగుచునే యుండెను. ఎన్నిలక్షలజనులు భుజించి తృప్తినొందిరో లెక్కింప నశక్య మయ్యెను. యాగము దర్శింప నేతెంచిన ‘గోనంద, బభ్రువాహన, వజ్రదత్త, మార్ద్వార్యాది, మూర్ధాభిషిక్తులను, శ్రీకృష్ణబలరామ సాత్యక్యాదులను, కవలఁగూడి కరువలి తనయుం డగ్రజు ననుమతిం బెక్కువిధంబుల గౌరవించెను. ఆయాగమునకు వచ్చినవారిలో ‘అభోజ్యుఁడు, అనలంకృతుఁడు,

అసంతృప్తుఁడు, అసన్మార్గ, యొక్కఁడైన లేకుండెను. వీకేమి కావలయునో మోమోటము లేకుండ నడిగి యర్థముం బొందుఁడని ప్రేమఁ బెద్దలకుఁ బ్రోత్సాహ మొనరించుచుండెను. అట్టియెడ ధర్మజుఁడు శ్రీవ్యాసమహర్షిక ఋత్విక్కులచే నేర్పఱుపఁబడి, శ్యేనాకృతిని, చతురశ్రమును, గలిగి పదునెనిమిదిచేతుల పరిమితి గల వేదిక [illegible] బొనర్చి; చతుర్వేదియు, షడంగవేత్తయు, దేవగురుతుల్యుఁడు నగు ఋత్విక్కొక్కండును సందియ లేకుండుటచే ప్రాయశ్చిత్తముగా, ప్రవర్గ్యములు, సవనములు, యథావిధిని నిర్వర్తించిరి. అందు 'ఖాదిర, బైల్వ, పాలాశ, దేవదారు, శ్లేష్మాతక' శాఖా కల్పితంబులగు యూపంబులు విధ్యుక్తంబుగ నిరువదియొక్కటి నిర్మింపఁబడి, అందం దందంబుగఁ గనకయూపంబులు కొన్ని నిలుపఁబడెను. వాసపరిక్షితంబును, వాస్తుప్రతిష్ఠరగ సదృశంబును నగు వాజి, వాజిమేధవాటికాప్రవేశంబు నొందఁ, దచ్చిరపరిజనంబులు నాయశ్వమును దదరికుకుఁడగు నర్జును శౌర్యవిక్రమాదులను వేనోళ్ళఁ బొగడిరి. అయ్యది యూపంబునఁ గట్టంబడి త్రిశతపరిమితిగల చతుష్పాత్తులు, ఖచరములు, జలచరములు, యథావిధిని జుట్టును నిలువ విరాజిల్లెను. యాజకులు యథావిధిని, కార్యకలాపంబులు పారాశర్యానతిచే నిర్వర్తించిరి. అధ్వర్యుఁ డశ్వవిశసనకాలమునకు యాజ్ఞసేనిని రావించి యామెచే నశ్వమునకుఁ బరిచర్య చేయించి శస్త్రహతంబులును, యుక్తంబులు నగు నశ్వాంగంబుల నామెచే

హోమంబుఁ జేయించె. తక్కినయవయవంబులను ఋత్విక్కులు వేల్చిరి. వపాహోమముచే బయలువెడలు పరిమళము నాఘ్రాణించి ధర్మజుఁడు నాతనిసోదరులు దక్కంగలజనులు తమసర్వ పాపంబులు పరిహరింపబడినవని సంతసించిరి సమస్తజనులు సమ్మోదహర్షధ్వనులఁ జెలంగ ధర్మజుఁడు సదస్యులకుఁ గోటివేల నిష్కముల నిచ్చె. ఋత్విగ్గ్రేసరుఁడగు వేదవ్యాసునకుఁ దన సామ్రాజ్యము నంతయు దక్షిణగా నీయనుంకింపఁ బారాశర్యుఁ డిట్లనియె. "రాజా! నీయీయాగమున కధ్వర్యుఁడగు యాజ్ఞవల్క్యగురువు జైమినిమహర్షి. అతఁడు వేదోదితంబులగు కర్మములకు నిదానంబగు తన పూర్వమీమాంసాశాస్త్రమున నిట్లు చెప్పియున్నాఁడు. (i) "రాజు రాజ్యమును దాన మిచ్చుట కర్హుఁడు కాడు. అది సర్వజనులకు సమానముగ ననుభవింపదగినది అనెను తత్సూత్రభాష్యకర్తయగు, శబరమహర్షియు (ii) "సార్వభౌమున కన్నిటినిదానముచేయుట కధికారముగలదా?

(i) నభూమిస్స్యాత్సర్వాన్ప్రత్యవశిష్టత్వాత్. పూర్వమీమాంస 6-7-3.

(ii) అత్రైనసర్వదానే సంశయః. కింభూమిర్దేయా? నఇతి. కాపునర్భూమి రత్రాభిప్రేతా. యదేత న్సముద్రారబ్ధం ద్రవ్యాంతరం పృథివీగోలకం న క్షేత్రమాత్రం వ్యక్తికావా. తత్ర కింప్రాప్తం, అవిశేషాద్దేయా ప్రభుత్వసంబంధేనహి. తత్ర స్వశబ్దో వర్తతే శక్యతేచ మానసవ్యాపారేణ స్వస్యస్వతా నివర్తయితుమితి ఏవం ప్రాప్తే బ్రూమః. నభూమి ర్దేయా ఇతి; కుతః క్షేత్రాణా మితరాగో మనుష్యా దృశ్యంతే. నకృత్స్నస్య పృథివీగోలకస్యేతి ఆహ. య ఇదానీం సార్వభౌమః సతర్హి దాస్యతి. సోపి న

అసంతృప్తుఁడు, అపస్మారి, యొక్కఁడైన లేకుండెను. మీాకేమి కావలయునో మోమోటము లేకుండ నడిగి యర్థముఁ గొందుఁ డని భీముఁ డర్థులకుఁ బ్రోత్సాహ మొసంగుచుండెను. అట్టి యెడ ధర్మజుఁడు "ద్విసహస్రకపక్షికలచే నేర్పఱుపఁబడి, శ్యేనాకృతిసి, చతుశ్చిత్యమును, గలిగి పదునెనిమిదిచేతుల పరిమితి గల వేదికతో" యజనఁబూనర్చె; అచతుర్వేదియు, అషడంగవేత్తయు, అదేవగురుతుల్యుఁడు నగు ఋత్విక్కొక్కఁడును నందు లేకుండుటచే సప్రాయశ్చిత్తములుగా, ప్రవర్గ్యములు, సవనములు, యథావిధిగ నిర్వర్తించిరి. అందు 'ఖాదిర, బైల్వ, పాలాశ, దేవదారు, శ్లేష్మాతక' శాఖా కల్పితంబులగు యూపంబులు విభ్యక్తంబుగ నిరువదియొక్కటి నిర్మింపఁబడి, అందందంబుగఁ గనకయూపంబులు కొన్ని నిలుపఁబడెను. చానపరిక్షితంబును, వాస్తోష్పతితురగ సదృశంబును నగు వాజి, వాజిమేధ వాటికాప్రవేశంబు నొంద, వచ్చినప్రజలందఱు నాయశ్వమును దదృక్షుకుఁడగు నర్జునుశౌర్యపరాక్రమాదులను వేనోళ్లఁ బొగడిరి. అయ్యాది యూపంబునకు గట్టంబడి క్రోశపరిమితిగల చతుష్పాత్తులు, ఖచరములు, జలచరములు, యథావిధిని కట్టఁబడి నిలుప విరాజిల్లెను. యాజకులు యథావిధిని, కార్యకలాపంబులు పారాశర్యానానతిచే నిర్వర్తించిరి. అధ్వర్యుఁ డశ్వవిశసనకాలమునకు యాజ్ఞసేనిని రావించి యామెచే నశ్వమునకుఁ బరిచర్య చేయించి శస్త్రహతంబులును, యుక్తంబులు నగు నశ్వాంగంబుల నామెచే

హోమంబుఁ జేయించె. తక్కినయవయవంబులను ఋత్విక్కులు వేల్చిరి. వసాహోమముచే బయలువెడలు పరిమళము నాఘ్రాణించి ధర్మరాజును నాతనిసోదరులు దక్కంగలజనులు తమసర్వ పాపంబులు పరిహరింపబడినవని సంతసించిరి సమస్తజనులు సమ్మోదహర్షధ్వనులఁ జెలంగ ధర్మరాజును సదస్యులకుఁ గోటివేల నిష్కముల నిచ్చె. ఋత్విగ్గ్రేసరుఁడగు వేదవ్యాసునకుఁ దన సామ్రాజ్యము నంతయు దక్షిణగా నీయఁబూనుకొనఁ బారాశర్యుఁ డిట్లనియె. "రాజా! నీయీయాగమున కధ్వర్యుఁడగు యాజ్ఞవల్క్యగురువు జైమినిమహర్షి. ఆతఁడు వేదోదితంబులగు కర్మములకు నిదానంబగు నొక పూర్వమీమాంసాశాస్త్రము నిట్లు చెప్పియున్నాఁడు. (i) "రాజు రాజ్యమును దాన మిచ్చుట కర్హుఁడు కాఁడు. అది సర్వజనులకు సమానముగ ననుభవింప దగినది అనెను తత్సూత్రభాష్యకర్త యగు, శబరమహర్షియు (ii) "సార్వభౌముని కన్నిటిని దానము చేయుట కధికారము గలదా?

(i) నభూమిస్స్యాత్సర్వాన్ప్రత్యవిశిష్టత్వాత్. పూర్వమీమాంస 6-7-3.

(ii) అత్ర సర్వదానే సంశయః. కింభూమిర్దేయా? న ఇతి. కా పునర్భూమి రత్రాభిప్రేతా. యదేతన్మృత్పిండాఖ్యం ద్రవ్యాంతరగం పృథివీగోలకం న క్షేత్రమాత్రం. వ్యాప్తిః కారా. తత్ర కేచిత్ప్రాహుః, అవిశేషాద్దేయా పరిభుత్వసంబంధేనహి. తత్ర స్వత్వశబ్దో వర్తతే ఐక్యతేన మానసవ్యాపారేణ స్వస్య స్వతా నివర్తయితుమితి. ఏవం ప్రాప్తే బ్రూమః. నభూమి ర్దేయా ఇతి; కుతః క్షేత్రాణాం విభక్తానాం మనుష్యా ద్రష్టారంతే. నకృత్స్నస్య పృథివీగోలకస్యేతి ఆహ. య ఇదానీం సార్వభౌమః సక్షత్రి దాస్యతి. సోపి న

భూమి నీయవచ్చునా? యను ప్రశ్నములు కలుగ, కాదని చెప్పు
చున్నాము. ఎట్టిభూమి? మట్టిమొదలు భూగోళమంతయు భూ
మియే. అందువలన నొక్కపొలముమాత్రమె కాదు. మట్టి
మాత్రమె కాదు. (ఇంతకుముందు సార్వభౌముఁడు తన సర్వస్వ
ము నీయవచ్చునని చెప్పితిమి) దీనివలన నేమి ప్రాప్తించెను?
ప్రభువునకు భూమియందు స్వత్వమున్నదిగాన నొప్పక భూమి
దాన మీయవచ్చునని ప్రాప్తించినది. సత్వాత్వత్యాగము మాన
సికముగా యుక్తమైనదియేగాని, భూమివిషయమై రాజునకు
స్వత్వములేదని చెప్పుచున్నాము. ఎందువలన నన, బ్రతిక్షేత్ర
మునకును యజమానులు వేఱుగ నుందురు. ఆ హేతువలన రాజు
ప్రత్యేకముగాఁ బొలముని యుట కర్హుఁడుకాఁడు; తనపృథివీభా
గము నంతయు నన్యాధీనముఁజేయుట కర్హుఁడై యుండఁడు; సార్వ
భౌముఁ డెంతకాలము సార్వభౌమత్వ మనుభవించునో అంత
కాలమె కాని, యాపై నతనికి భూమిపై నధికారములేదు.
సార్వభౌమునకు భూమిపై విశేషించి మఱియొక యధికారము
న్నది. వ్యవసాయకులు పండించినది శత్రువులుకొనిపోకుండఁ

ఇతి బ్రూమః కుతః యో హి తావద్భోగేన సార్వభౌమో భూమేరీష్టే, తాదృశా
అస్యాపి నకశ్చిద్విశేషః సార్వభౌమత్వే త్వన్యై రుపకారం యస్య అసౌ ప్రశి
ష్యాం సంభూతానాం వ్రీహ్యాదీనాం రక్షణేన నిర్దిష్టస్య కస్యచిద్భాగస్య
ఈష్టే; నభూమేః తన్నిర్దిష్టాశ్చ యేమనుష్యాః తేపన్యాస్స్వప్రాణినాం గోచర
విక్రమణాది యద్భూమికృతం న తేశత్వం ప్రతి. నకశ్చిద్విశేషః అతస్సర్వాన్
భూమి ర్దేయా॥ శాబరభాష్య॥

గాపాడుటకై పండినపంటలో నిర్దిష్టభాగమున కధికారి. భూమి యం దుండిన ప్రాణిసమూహమునందు మనుష్యులకే భూమిపై నధికారము గలదు. అందువలన రాజు భూమిని దాన మిచ్చుట కర్హుఁడు కాఁడు." అని మైమాంసికమతముం జెప్పెను.

అపుడు ధర్మజుఁడు భూదానమే యన్నిదానములకంటె శ్రేష్ఠ మనియు, యాగదక్షిణకై భూదాన ముత్తమమనియు వింటి నన సాత్యవతేయుండు, రాజు భూమిని దానమిచ్చునెడల స్వార్జితమును, శత్రురాజులనుండి యపరాధముగాఁ గొన్న గృహక్షేత్రాదులనే దాన మీయవలయు నని చెప్పెను. అంత నజాతశత్రుఁడు "సామ్రాజ్యము నంతయు మీకిచ్చి నేను వనమున మునివృత్తి నుండ మనస్సున సంకల్పించుకొంటిని; అట్టి మనఃప్రతిజ్ఞ నెటులు మానుదును. రాజునకుఁ బ్రతిజ్ఞానిర్వహణ ముత్తమము కాదా?" అని పల్క ద్వైపాయనుఁడు సామ్రాజ్యము నాకిచ్చితివే యనుకొనుము, బ్రాహ్మణుఁ డేయుగమునను రాజ్యముసేయ నర్హుఁడు కాఁడు; కాన భవద్దత్తరాజ్యమునకుఁ దగినవెల నిర్ణయించి యాధనము దక్షిణాగా నిమ్ము; కాదేని క్షణమాత్రసమ్రాట్టునగు నాయానతిలో నుండుజనుఁడ వగుటచే నాయాజ్ఞ ననుసరించి నీవే ప్రభుత్వము చేయు మన, వల్లెయని సామ్రాజ్యమును దారవోసి దానికిఁ దగినవెలగా ననేకకోటుల 'కుప్యసువర్ణము నకుప్యసువర్ణము'నిచ్చెం. వ్యాసుఁడును, ప్రథమ ద్వితీయ తృతీయ చతుర్థాంతరములు గల ఋత్విక్కుల కంతటిని

భాగములచే నాధనమును బంచి తనభాగమునకు వచ్చిన కుప్యాకుప్యద్రవ్యమును స్నుషయగు కుంతి కిచ్చి సమునిబృందుండై వనంబున కరిగెను.

అధ్వరాహూతులగు దేశాధీశులు ధర్మజుచే సత్కృతులై తమదేశంబులకు సంతసంబున నరిగిరి. తక్కిన జనులుం దమ తమ నెలవులకు యాగమహోత్సవవ్యాఖ్యానంబు లొనర్చుచుం బోయిరి. బభ్రువాహనుండు హస్తిపురియందుం గొంతకాలముండి సోదరపుత్త్రుండగు పరిక్షిత్తు నెత్తి ముద్దాడి రత్నాభరణములచే నలంకరించి తల్లియగు చిత్రాంగదను, సాపత్న్యయగు నులూపిని నర్జునుకడ నునిచి కుంతీసుభద్రాదులచే నాదరింపంబడుచుం దిమ్మటం బాండ్యదేశమునకుం బాండవులచే ననుజ్ఞాతుండై వెడలెను.

షష్ఠానువాకము.

—.o:—

పరిక్షిత్తు బాల్యదశ, ధృతరాష్ట్రాదులమృతి.

అశ్వమేధాగతావసరమున నభిమన్యుపుత్త్రుం గనుంగొని పితృపితామహచిహ్నము లాతనియందుండుటం గాంచి యీతండహితభీకరుండును, హితహితంకరుండును, వంశోద్ధారకుండును నగు నని యానందించిరి. ఆపార్థపౌత్త్రుండు శుక్లపక్షసుధాకరుని

మాడ్కి. దినదినప్రవర్ధమానుండై యేనవయేట నక్షరస్వీకృతి నొంది యచిరకాలముననే తగిన యుపాధ్యాయులతోడ విద్యలం గఱచి, ఉచితకాలంబున నుపనీతుండై, సాంగవేదవేదియై, రాజకుమారోచితవిద్యల నభ్యసించి, యుద్ధశాస్త్రమును పితామహగురువగు కృపాచార్యునుండి తత్త్వజ్ఞానముతో నభ్యసించి, శస్త్రశాస్త్రముల నొందుటచే శస్త్రియు, శాస్త్రియునై, ధర్మమును ధరించుటచే ధర్మియై, అశ్వసాదియు గజసాదియు నగుచుఁ బ్రజలకుఁ బ్రహ్లాదనమున శీతభానుండును, ప్రతాపమునఁ దపనుఁడునై, వెఱ్ఱులచే నసత్తు లుపదేశింపఁ బడినను సత్తునందే దృష్టి గలవాఁడై యుండెను. పరావిద్యయు నుపదేశించుకాలంబున నొజ్జలు తామే ప్రత్యుపదేశంబుఁ బరీక్షిత్తుచే నొందితిమని తలఁచుచుండిరి. ఊనషోడశవర్షప్రాయమునఁ గాక పక్షశోభితమైన యాతనిమోము తమోహీన యగు రాకాశశివలెఁ దనరారెను. అతఁడు పితృపితామహుల యుద్ధవార్తలు, వారల దారుణమరణములు విన విన నాతని హృదయమునఁ గరుణారసము ప్పొంగి పొరలుచు రణధర్మము గర్హింపఁబడుచుండెను.

యుద్ధాదినుండి పదుమూఁడేండ్లు చన విదురుండు తీర్థయాత్రకై వెడలి మైత్రేయుని కడ నేఁడాదికాలము తత్త్వజ్ఞానము నభ్యసించి యుద్ధాదిగఁ బదునేనేండ్లు పూర్తియగునాఁటికి గజపురింజేరి ధృతరాష్ట్రునొద్ద నప్పటివలె నుండెను.

రణనిహతసుత హితాదులకై వైచిత్రవీర్యుండు దుఃఖిం పుచుండఁగ యుధిష్ఠిరుఁ డెన్నేని యుపచారముల నాతనికిఁ జేయుచుండెను. యుద్ధమృతుల పారలౌకికక్రియలఁ జేయునపుడు ధృతరాష్ట్రుఁడు తలఁచినవానికంటె వేయిమడుంగులు దానధర్మంబులు సేయించియు, అగ్రహారములు, గ్రామములు, ఆరామములు మొదలగు వానిని నిర్మించునటులఁ జేయించియు, నిశ్చింతమనస్కుం జేయుచు నతనిక్షేమము ననారతము నిర్నిద్రుఁడై విచారించుచుండెను. ధనంజయుండును ధర్మజు ననుకరించుచుండెను. కుంతీద్రౌపదీసుభద్రలు సగౌరవమనస్కలై గాంధారీధృతరాష్ట్రులకు భోజన మజ్జనాదుల కేలోపము లేకుండఁ జేయించుచుండిరి. కవలు నట్ల సంచరించుచుండిరి. వారియెడ ధృతరాష్ట్రునకును బ్రేముడి యుండెఁగాని, భీముని గన్నపుడుమాత్రము పుత్రహంతకుఁ డని మనమున సక్రోధుఁ డగుచుండును. భీముండును సవ్యసహితుండగు ధృతరాష్ట్రునెడ గౌరవయుక్తుఁ డగుచుండును గాని యేరును లేని సమయమునఁ బూర్వము ధృతరాష్ట్రుచేతను, ధార్తరాష్ట్రులచేతను దాము పడిన బన్నంబుల నుగ్గడించి యట్టిచీకుల కిప్పుడు తాము దిక్కగుచుంటిమనియు, పరచేఁ దాము భంగపడితిమో యట్టిధార్తరాష్ట్రుల ననిఁ జంపఁ గలిగితిమనియు, పగ నీదగలిగిన స్వభుజాదండములకుఁ జందన మాల్యాదుల నర్చించుచుంటి ననియు చెప్పుచుఁ జీకులగు దంపతుల మనంబులఁ జీకాకుపఱచుచు క్షోభింపఁ జేయుచుండును,

కవ లీసంగతిఁ గర్ణాకర్ణికగా వినియు విననట్లూరకుండురు సేవని లేమియు నననేరకుండురు. ధర్మజ ధనంజయులకును, కుంతీ ద్రౌపదులకును నీవృత్తాంత మించుకేనియుఁ దెలియదు. భీముని యుల్లసంబులు విదురుఁడు తీర్థయాత్రనుండి వచ్చునాఁటికే కోత్త రాభివృద్ధి నొందెను. ధృతరాష్ట్రుఁడు పుట్టంధుఁడు; ఆపై జరాభారక్లేశి; మఱియు సర్వసుత సుహృద్బాంధవమరణక్షోభిత మనస్కుఁడు; అగుటయే గాక తా నెవ్వనికి మున్నపకృతినొనర్చి యుండెనో వానినుండి తాఁ బట్టెడన్నముఁ దినుచుండుట, మఱి యెవ్వనిఁ దా నసహ్యించుకొనెనో యట్టిశత్రువు యుద్ఘాటిత వాక్యాకర్ణనము, కలుగుచునే నుద్విగ్నమనస్కుఁ డగుచుండె. ఇందొక్కటొక్కటియే దుఃఖసముద్రమున ముంపఁగల్గునన నవి యన్నియు నొక్కనియందే సమావేశమైనచో నట్టివానియవస్థ యవాఙ్మానసగోచర మని వేఱుగఁ జెప్పవలయునా? అట్టి యన్న విషమస్థితిఁ గనుఁగొని విదురుఁడు రహస్యంబుగా నాంబికేయున కిట్టులనియె.

శా. పుట్టంధుండవు, పెద్దవాఁడవు మహా
భోగంబులా లేవు, నీ
పట్టుల్లుం జెడిపోయె, దుస్సహజరా
భారంబు పైఁగప్పె నీ
చుట్టాలెల్లను బోయి రాలు మగఁడున్
శోకంబునన్ మగ్నయై

కట్టా దాయలపంచ నుండఁ దగునే
కౌరవ్య వంశాగ్రణీ.

క. పెట్టితిరి చిచ్చు గృహమునఁ
బట్టితిరి తదీయభార్యఁ; బాండవులన్
గొట్టితిరి వారు మనుపఁగ
నెట్టుగున భరింపవలెనె యీప్రాణములన్.

క. బిడ్డలకు బుద్ధిసెప్పని
గ్రుడ్డికిఁ బిండంబు నండి కొనిపోం డిదె పోఁ
బడ్డాఁడని భీముం డొఱ
గొడ్డెము లాడంగఁ గూడుఁ గుడిచెగ నధిపా.

క. దేహము నిత్యము గాదని
మోహముఁ దెగఁగోసి సిద్ధమునివరుఁడై
గేహము వెలువడు నరుఁ డు
త్సాహముతోఁ జెందు ముక్తిసంపద ననఘా.

అనియె. ఇట్లు విదురుండు ధృతరాష్ట్రునకు ముక్తిమార్గం బుపదేశించిన నతండును బ్రజ్ఞాచక్షుండై సంసారంబు దిగనాడి, మోహపాశంబువలన నూడి, విజ్ఞానంబునం గూడి, ధర్మజు రావించి యాతనికి డగ్గుత్తికతో నిట్లనియె. ధర్మజా! మిమ్ముస్త్రఁ బెక్కిడుమలఁ బెట్టినమహాపకారి నగు నాకు, బుత్రులు లేని లోపము లేకుండఁగఁ బదునైదేండ్లనుండి నీవు కాపాడితివి. "జాతస్య మరణం ధ్రువ"మ్మను నానుడి నీకుఁ దెలియనిది

కాదు. మునివృత్తి గలిగి యోగముచే నంతమునఁ దనువుఁ ద్యజించుట రాజశ్రేష్ఠుల కుచితము కాన, నే నారీతిని బత్నితోఁ దనుత్యాగముఁ జేయుటకు రాజవగు నీయనుజ్ఞం గోరుచున్నా" నన, నాతఁడు కడుదుఃఖితుఁడై యెన్నియోరీతుల నాటంకములఁ జెప్పుచుండఁ గృష్ణద్వైపాయనుం డచటి కేతెంచి ధర్మజుని సమాధానపఱప నాతం డంగీకరింపక యొల్లి విచారింత మనెను. పిమ్మట ధృతరాష్ట్రుఁడు పౌరముఖ్యుల రావించి తనమనోరథముఁ జెప్పి వారలతో నిట్లనెను.

*క. మహి లెస్సగ రక్షించిన
మహితగుణుని యన్న, కొడుకు మనుమం డని నా
కు హితంబు కోరి కరుణా
సహితులరై యిం డనుజ్ఞ సద్వ్రతమునకున్.

అన వా రెట్టకేలకు సమ్మతించిరి. ధర్మజుండును "ఇద మిత్థ" మని నిర్ణయింపఁ బోవుటచే నదియ యనుమతిగాఁ గొని యానాఁటి యర్ధరాత్రమున విదురుం గలిసి పురంబు వెలువడి హిమాలయప్రాంతంబున కరిగెను. గాంధారియు,

చ. వెనుకకు రాక చొచ్చు రణ
వీరుని కైవడి రాజదండనం
బునకు భయంబు లేక వడిఁ
బోయెడు ధీరునిభంగి నవ్వు డ

---

* ఈపద్యము, ఆశ్ర. 1-83 లోనిది. పాండురాజున కన్న, విచిత్రవీర్యుని కొడుకు, శంతనుని మనుమఁడు, అని తా॥

వ్వనిత దురంతమైన హిమ
వంతము పొంత వనాంతభూమికిం
బెనిమిటితోడ నించుకయు
భీతివహింపక యేఁగెఁ బ్రీతితోన్.

మఱునాఁడు ధర్మజుండు కాల్యంబులఁ దీర్చి యెప్పటి యట్ల తండ్రికి మ్రొక్క వచ్చి శూన్యంబగు తద్గృహంబుఁ గాంచి సంజయుచే వారి పోకడఁ దెలిసి విషాదంబున సభాస్థలి కేతెంచి సభ్యులకుఁ దద్వృత్తాంతం బెఱిఁగించి తమ్ములతో ధృతరాష్ట్రుం జూడఁ బ్రయాణమగుడు యుద్ధమృతులగు ధార్తరాష్ట్రవనితలు సపుత్రయగు సుత్తరయు, కుంతీద్రౌపదులు మున్నగు నంతఃపుర కాంతలు, సంజయుండును వారితోడనఁ బయనమైరి. కొందఱు పౌరులు వారితోడన రాఁ దలంప ధర్మజుం డనుమతిసేసి పుర రక్షణమునకు 'యుయుత్సుని' నియోగించి, ఉచితపరికరంబుల తో నెడనెడ విడియుచు హిమవంతంబుపొంత గంగాతీరంబున శతయూపమహర్షి యాశ్రమోపాంతంబునఁ గదళీకావనంబునఁ బత్నీసహితుండై, ధృతరాష్ట్రుం డుండుటఁ దెలిసికొని యా యాశ్రమము సమీపించి యట నిడిసెను. ధర్మజాదు లాశ్రమముఁ బ్రవేశించు సమయమునకు ధృతరాష్ట్రుఁడు గంగలోఁ గ్రుంకులిడి సకలశహస్తుఁడై గాంధారి నానుకొనివచ్చుటను దా దవ్వులఁగాంచి ధర్మజుండు రోదనము సేయుచు నాతనిహస్తము లన్నుఁడి యుదకకలశముం గొని “ ఓమహారాజా ! నీ కిట్టిదశ

ప్రాపించిన విధి నేమనవచ్చును. ఇట్టియవస్థ నొందుట నీ కుచితమా ? అని పలుభంగులఁ బలవించుచు నాశ్రమంబున కేతెంచెను. అచట సమావేశమయిన నరనారీకమునకు ధృతరాష్ట్రు నవస్థం జూచునపుడు కలిగిన రోదనంబులు, యుద్ధాంతంబునఁ బోలికలనిరోదనంబులం దలఁపించుచుండెను. అంతటి రోదనధ్వని నంతకుముం దెఱుఁగని పరిక్షిత్తు తల్లియొడిలోఁ జేరి యడలున వెక్కి వెక్కి యేడ్చెను. కొంతతడవునకు వారంద ఱుపశమిల్ల ధర్మజుఁ డెన్నియేని యుక్తులచే ధృతరాష్ట్రుని దిరిగి పురంబునకుం గొనిపోవఁ బ్రయత్నించెం గాని, చిత్రకూటస్థుఁడగు రాముని భరతుఁ డయోధ్యకుఁ గొనిపోవఁ జేసిన ప్రయత్నమువలె నిదియు వ్యర్థమయ్యెను. అంతలోఁ గృష్ణద్వైపాయనుఁ డేతెంచి వానప్రస్థుండగువానిఁ దిరిగి పురప్రవేశంబు సేయించుట యనుచిత బన, ధర్మజుం డట్లేని యుయుత్సునకుఁ బట్టాభిషేకంబు సే యుంధనృపతి కుపచారంబులు సేయుచు నిట నుందు నన ద్వైప యనుండు వేదంబున * వైశ్యాపుత్రునకుఁ బట్టాభిషేకముఁ జేయ రాదని కలదు. కాన యుయుత్సుఁ డెట్లు పట్టాభిషేకార్హుఁడగు? క్షత్రియోచితంబగు ప్రజాపాలనంబె నీకుఁ గర్తవ్యంబు. పరిక్షిత్తు యుక్తవయస్కుం డగుతరి నాతనికిఁ బట్టాభిషేకం బొనరించి నీవు నిట్లు ససోదర్యుండవై వనంబున కరుదెంతువుగాక యనుడు నెట్టకేల కంగీకరించెను.

* “వైశ్యాపుత్రం నాభిషించేరన్” కృ॥ యు.

పిమ్మటఁ బారాశర్యుఁడు ధృతరాష్ట్రుఁ గని "పుత్త్రా! నీవు సర్వకామములను వర్జించు నవసర మయ్యెఁగాన కడపటిదగు నీకోరిక యేదియో చెప్పుము; అది యెట్టి దుర్లభం బైనను దానిని దీర్ప నే నిచటికి వచ్చితి" నన నాతండు డగ్గుత్తికతో "మహానుభావా! యుద్ధమృతులగు పుత్త్రపౌత్త్రాదుల నొక్క పరి చూచు నభిలాషము గలదు; గాంధారికి నట్టియభిలాషమే కల" దన నేఁటిసాయంకాలమున నట్టివినోదము గలిగింతు ననె. ఆమాట విని యచ్చటి నరనారీక మెప్పుడు సాయఁకాలమగునా యని క్షణ మొకయుగముగాఁ దలంచునంతలో నుషాపతియు నస్తాద్రిం జేరె. సాత్యవతేయుఁడు సాయఁసంధ్యాక్రియలను నిర్వర్తించి, ధృతరాష్ట్ర ధర్మరాజాది పురుషులును, కుంతీ గాంధార్యాదిసుతులును, యుద్ధమృతులగు కౌరవవీరుల భార్యలును, ఆశ్రమస్థమునివర్యులును వెంటరా గంగాతీరమున కేఁగి వారిం దత్తటంబున యథోచితంబుగఁ గూర్చుండ నియమించి గంగాజలంబులం దిగి యుద్ధమృతుల నాహ్వానించెను.

వ్యాసుఁ డాహ్వానముచేయు నాగంగనుండి భీష్మద్రోణులఁ బురస్కరించుకొని దుర్యోధన దుశ్శాసనాది గాంధారేయ శతకంబును, తత్పుత్రాదులును ద్రుపద ధృష్టద్యుమ్నాదిపాంచాలురును, విరాటాది మాత్స్యులును, శకున్యాదిగాంధారులును, బాహ్లీక సోమదత్తాది కౌరవులును, అభిమన్యు ఘటోత్కచాది పాండవ కుమారవీరులును, తక్కఁగల శూరులును, యుద్ధ

ప్రస్థాన దివసమున నేయే యుడుపులను ధరించిరో, ఎట్టిశస్త్రాస్త్ర నిషంగాదులను వహించిరో, ఏయేవాహనాదుల నధిరోహించిరో, ఆయుపకరణములతో నారీతినె వెలువడి ప్రేక్షకులయెదుటను, పటంగతులవలె భాసిల్లిరి.

ధృతరాష్ట్రునకు ద్వైపాయనుఁ డనుగ్రహించుటచే నాతండు తాత్కాలిక చక్షుష్మంతుండయ్యె. గాంధారియు గంతలు విప్పికొని స్వర్గానీతరణవీరులను సభర్తృకయు సస్నుషయు నై శోకానందాశ్చర్యభావశబలితహృదయయై వీక్షించెను. తక్కుంగల కుంత్యాదివనితలు పాండవులుగూడఁ దాదృశావస్థనె పొందిరి. పరలోకానీతులానాటిరాత్రి ప్రేక్షక నరనారీక మధ్యగతులగుటచే, తన్నరనారీకమున కానాటి త్రియామ జీవితము సం దమేయానందదాయినిగా నుండెను. అట్టి యానందము కౌరవపాండవుల జీవితకాలమున మహావైభవయుక్తమగు నింద్రప్రస్థపురిలోని రాజసూయాధ్వరమునను సంభవించెను. ఇపు డది నిర్జనారణ్యమధ్యమున వ్యాసమహిమమునను కలిగెను. ప్రేక్షకులు, వీరులు జీవించినకాలమున నెట్టి ప్రేమావస్థ ననుభవించిరో నేటిరాత్రియు నట్టియవస్థనే యనుభవించిరి. యుద్ధకాలమున నెట్టి వైమనస్యములుండినను, పరలోకాగతులయందు మందునకైన నట్టి వైమనస్యములు లేకుండెను.

వేగుఁజుక్క పొడముడును, పారాశరి ధర్మరాజాదులకా కాలము నెఱింగించి పరలోకాగతులు పరదినమున నీలోక

మున నుండరామిఁ దెలిపి వారి యానందమున కంతరాయమొనర్చె. పిమ్మట నెప్పటివలె గంగావగాహనమునఁ బరలోకాగతుల నామంత్రణముఁ జేసి యథాస్థానోద్వాసనముఁ గావించెను.

పరలోకాగతవీరు లంతర్హితులగుడు నొక్కపెట్టుగఁ గౌరవాంగనలలో రోదనధ్వను లుప్పతిల్లఁ జూచి, పారాశరి యా ధృతరాష్ట్రు స్నుషలం గాంచి మీయం దెవ్వరైనఁ బతులతోఁ బరలోకమున సుఖింపఁ గోరుదురేని వారి నీగంగాముఖమునఁ బంపుదు నన, సంతోషితస్వాంతలై దుర్యోధనాదులవనిత లిహమునకు రోసి, ముని చెప్పినచొప్పున గంగఁ బ్రవేశించి పరలోకగతలైరి. తక్కినవారు శతయూపాశ్రమముఁ జేరిరి. ఇదియంతయుఁ గాంచి పరిక్షిత్తు విషాదాశ్చర్యమగ్నమానసుం డయ్యె.

పిమ్మట వాసిష్ఠి వచనంబులు చొప్పున ధర్మజాదులు ధృతరాష్ట్రు నామంత్రితుఁ జేసి స్వనగరంబున కేఁగు నవసరం బగుటు, పృథాదేవి పుత్రులం గాంచి "పుత్రులారా! నాకైహికముపై నాసవదలినది; తక్కుంగలవారి మరణంబులకంటె, కర్ణాభిమన్యుల మరణంబులు నాకు హృదయశల్యములై బాధించుచున్నవి. ఈబాధ నపనయించుటకు శాంతాశ్రమనివాసమున భగవద్ధ్యానమే భేషజమని తలంచితిని" అని పలికెను. పిమ్మట భీమధర్మజు లడ్డంకు లెన్నియేనిఁ జెప్పిరి. కాని, కుంతి వారియుక్తులకుఁ బ్రత్యుక్తులఁ జెప్పి వారలను నిరుత్తరులం జేసి తానప్పుడు బావకుఁ దోడునీడగ నుండెను. సంజయుఁడును ధృత

రాష్ట్రాదులకు మార్గదర్శిగా నుండ నంగీకరించి యచ్చటనే నివసించెను. పరలోకగతుల ప్రదర్శనమునకుఁ బూర్వదినముననె విదురుఁడు ధర్మజాదుల యాశ్రమప్రవేశము నాకర్ణించుచు, చతుర్థాశ్రమ స్వీకారము నొంది, అవధూతయై మౌనవ్రతము ననె పాండవులఁ గాంచి ధర్మజు నెదుటనే యసువుల విడిచి పారాశరికిఁ దగినముక్తి నొందెను.

పిమ్మటఁ బాండవులు సపరివారులై గజపురిఁ బ్రవేశించిన యనతికాలంబుననె నారదునివలనఁ గుంతీ గాంధారీ ధృతరాష్ట్రులు, దావాగ్నిచుట్టుముట్ట దానినుండి తప్పించుకొనువలను గానక యోగసమాధి నొంది ముక్తశరీరులై ముక్తి నొందినటులును, గావల్గణి, దావాగ్ని నొక్క-వలనఁ దప్పించుకొని హిమాలయోత్తరభూమి కరిగి నటులును విని వారికై మిగుల విచారించి పారలౌకికక్రియలను పాలాశవిధిని నిర్వర్తించి నిష్పితౄణులైరి. ధృతరాష్ట్రమృతిచే నిశ్శత్రుశేషులునైరి.

సప్తమానువాకము.

యాదవాంతఃకలహహేతువులు, తిస్మరణములు, కిరాలవిజృంభణము.

ధృతరాష్ట్రాదులు స్వర్గతులైనయచిరకాలముననే ద్వారకలో బహూత్పాతము లుద్భవించి వృష్ణ్యంధకభోజులకు భీతిం

గలిగించెను. యాదవులలోఁ గృష్ణ బలరామ సాత్యకి సాంబ ప్రద్యుమ్నాదులు వృష్ణికులజులు. కంస కృతవర్మక్రూరశతధన్వాదులు భోజకులులు యయాతిశాపంబున వృష్ణికులజులగు యాదవులకు రాజ్యార్హత లేదు. భోజులే రాజులు; ఆమర్యాద ననుసరించియే కంసుఁడు మధురలో రాజ్యము చేసెను ఆతఁడు వృష్ణికులజులగు వసుదేవాదులను మిగుల బాధించెను. శ్రీకృష్ణుఁ డుద్భవించి క్రూరుఁడగు కంసుని జంపి ప్రాచీనమర్యాదను నిలుపుతలఁపున, ఉగ్రసేనుని బట్టాభిషిక్తుంజేసి తాను మంత్రియయ్యె. కంసునిమామయగు జరాసంధుని బారికి జడిసి కృష్ణుఁడు మధురను విడిచి ద్వారకను రాజధానిగాఁ జేసెను.

సత్రాజిత్తను నాతఁడు భోజకులజుఁ డగుటను స్వజాతిప్రముఖులగు శతధన్వాక్రూర కృతవర్మలలో నొకనికిఁ దన కూఁతురగు సత్య నిచ్చి పెండ్లిసేతు నని మాట నిచ్చియు శమంతకమణి వ్యవహారము చే, * కృష్ణున కామె నిచ్చి పెండ్లి సేయవలసివచ్చె. వాగ్వ్యభిచారి యగుటను సత్రాజిత్తుపై రోషమూని శతధన్వుఁ డాతనిని రహస్యమున సమయించి పిమ్మట శ్రీకృష్ణునిచే హతుఁ డయ్యె. ఆపగయె కృతవర్మమనంబున నిడికొని కాఁబోలు కురుక్షేత్రసంగ్రామంబునఁ గృష్ణున కెదుటిపక్షమగు కౌరవపక్షమునఁ జేరె. మహాయుద్ధమునం జావక మిగిలిన కృతవర్మ ద్వారకం జేరెను. కృష్ణానుజుండగు సాత్యకికిఁ గృత

* వినాయక చతుర్థినాడు శమంతకమణి కథను జెప్పుదురు.

వర్మపై నీసు మెండుగ నుండుటచేతనే యాతఁడా కురుక్షేత్ర సంగ్రామమునఁ బెక్కుసార్లు కృతవర్మతోడనె పోరుచుండు వాఁడు. వృష్ణి భోజకులజుల యంతఃకలహములు పెచ్చుపెరుఁగుచుండు సమయముననే యొకప్పుడు 'కణ్వ విశ్వామిత్ర నారద మహామునులు' కృష్ణుఁ జూడ ద్వారక కేతేర, కాలకర్మవశంబున మదోన్మత్తులగు యాదవకుమారులు పూర్వము శిశుపాలాపహృతియగు బభ్రువి భార్యయొక్క వేసమును, కృష్ణపుత్త్రుఁడగు సాంబునకు వేసి యామునులకు మ్రొక్కించి "ఆర్యలారా! ఈమె బభ్రువి భార్య, నిండుచూలాలు, ఈమెకు మగబిడ్డ కలుగునా యాఁడుశిశు వుదయించునా? జ్యోతిర్విదులగు మీరు సెలవియ్యవలయు" నన వారి ప్రల్లదంబులకు మునులలిగి "ఈమె కడుపున ముసలాపత్యము జనించును. దానివలన యదు వృష్ణిభోజాంధకులు నశింతురు" అని ఘోరముగా శపించి వెడలిపోయిరి.

మునులు వెడలిన మఱునాఁడే సాంబుని గర్భమునుండి యశని సదృశము నయోమయము నగు ముసల ముద్భవించెను. తద్వృత్తాంతము నెఱిఁగి వసుదేవుఁ డాయినుపరోకలిఁ దెప్పించి రజంబగునట్లు పొడిపించి శరధిలో విడఁజల్లించెను. అది కడలిలో మూఁడంచుల కసుఁవ పుల్లియై పెరుఁగుచుండెను. ఇటులుండ ద్వారకలో నేకోత్తరాభివృద్ధి యగు బహూత్పాతంబులకుఁ దోడు మధుపానంబును మితిమీఱుటఁ గాంచి రాజగు నుగ్రసేనుఁడు

రామకృష్ణాదులగృహములం దొట్టి యేరి యిండ్లయందును మధుపానంబు సేయరాదనియు నటులు చేసినవారు శూలారోపణశిక్షకుఁ బాత్రులగుదు రనియుం జాటింపించెను.

ఇట్టులుండ సముద్రతీరంబున నొక యుత్సవము సేయఁ దటస్థింప యాదవులందఱు బంధుమిత్రాదులఁ గూడి వాహనాములపై నచటికి నేగిరి. ద్వారకలో వసుదేవోగ్రసేనులు బాలికాబాలురు నబలలుమాత్ర ముండిరి. ఉత్సవప్రస్థానమున ద్వారకలో నిషేధింపఁబడిన మధుపానమును సముద్రతీరమునఁ జేయు కుతూహలముతోఁ బ్రతిశకటమునను, మధుకుంభములు యాదవులచే నిక్షిప్తములై తేఁబడెను. సముద్రతీరమున విడియుటయే తడవుగాఁ గృష్ణుఁడుదక్క దక్కినవారందఱు నానావిధమధువుల నాప్యాయనంబున నాస్వాదించిరి. దుర్వ్యసనము శాసనమాత్రమున నొకపర్యాయమే విడువఁబడదుగదా!

మధుపానముచేఁ దృప్తులగువారు దృప్తు లగుట వింతయా? మహావీరుండును కృష్ణభక్తుండును నగు సాత్యకి ప్రథమముననె మధుపానోన్మత్తతచే నవ్యక్తప్రలాపంబులాడుచు సహజశత్రుఁడగు కృతవర్మను దూషింప నారంభించెను. సర్వవిధముల నతని కీడగు కృతవర్మయు నతఁడనే కాక భూరిశ్రవసువధమునందలి కృష్ణచర్యనుగూడ నుద్ఘాటించి తూలనాడ, సాత్యకి కృష్ణువదనం బుపలక్షించె. కృష్ణున కామాటలు దోషహేతువు

గానుంటయు, కృష్ణుని క్రోధవీక్షణములు భోజులపైఁ గూడఁ బ్రసరించియుంటయు ముఖలక్షణంబుచేతనే సాత్యకి తెలిసికొని కేలనున్న వాలుచేఁ దటాలునఁ గృతవర్మతలను నఱికివైచి యక్రూరాది భోజులపైఁ గవియ వారును, కాలకర్మవశంబున నొడళ్లు తెలియక సాత్యకిం దుత్తునియలగునటుల నసులచేనఱికి యసువులఁ బాపిరి. పిమ్మటఁ బ్రద్యుమ్న సాంబాదులును నాయుధంబులు లేకుండినను సమీపంబున మునిశాపజనిత ముసల చూర్ణోద్భూతమును, నిశితధారా విరాజితము నగు మూఁడంచుల తుంగం బెఱికి దానిన యాయుధములుగఁ గైకొని భోజులను మోఁది వారిచే మాఱుమోఁదులం బడి మడియించి తామును మడిసిరి. శ్రీకృష్ణునెదుటనె యీదృశ్యము, ఝరీ శరవేగంబులను మించి నిమిషార్ధముననె జరిగెను.

అమితసంఖ్యగల భోజకులజులు శేషించి యుండుటయు స్వపుత్ర పౌత్రాదులు వారిచే హతులగుటయుఁ గాంచి, త్రివిక్రముండు త్రికాలవేది యయ్యుఁ దత్కాలోద్భూతక్రోధంబున మూఁడంచులతుంగ చేతనే శేషించినమ్రుక్కడి భోజకులజుల సంహరించి శవమయమగు బట్టబయలఁ దిలకింప, బభ్రువను తన సాపత్నిసోదరుండును సారథియగు దారుకుండును మాత్రమే హతశేషులై కానుపించిరి.

ప్రలంబఘ్నుండు కలహారంభమునకుఁ గించిత్పూర్వమె పానసభను వదలి దాని కనతిదూరమున నున్న యొక వనస్పతి

మూలముఁ జేరి యోగనిష్ఠాగరిష్ఠుం డయ్యె. శ్రీకృష్ణున కపుడు దుర్యోధన వధానంతరమున నుండిన కౌరవయుద్ధరంగమును "జ్ఞాతులన్యోన్యము నేకతంబున కలహించి చచ్చినటుల నీజ్ఞాతులును నన్యోన్య కలహమునఁ జత్తు"రని తన్ను శపించిన గాంధారీశాపోక్తులును జ్ఞప్తికిరా, భగవంతుం డైనను మానుషరూపమును ధరించుటచే నాతనిమనంబునను వేదనగలిగెను. అట్టితఱిఁ గేవల మనుష్యుం డైయున్న నెట్లుండునో! వాసుదేవున కప్పుడు ద్వారకలోని యనాథవనితలు నరక్షితబాలబాలికలు నపారధనరాసులు నశక్తులగు తలిదండ్రులు ద్వారకాపరిసరమున దస్యుత్వమే వృత్తిగాఁ గలిగిన బలవత్కిరాతబృందము తలంపునకురా, డోలాందోళిత మనస్కుం డయ్యె. పిమ్మటఁ గృష్ణుండు బభ్రుఁజేరి వేగమె నీవు కరినగరంబున కరిగి క్రీటి నిటకుఁ దోడితెమ్మన నాతండు వల్లె యని పోవుచుండఁ గృష్ణుని కెదుటనె కూఁతవేటుదూరమున నొకకిరాతుఁడు దబ్బాటున బభ్రువుపైఁ బడి మూఁడంచులతుంగచే మోఁది యాతని విగతాసువుఁ జేసెను. కృష్ణుఁ డాకిరాతుని వెనుదగుల నుంకించియు వాఁడు తను మొఱఁగిసందునను, భవిష్యత్కార్యతంత్రాభిభూతచేతసు, కిరాతుని నెదకుటనుమాని దారుకుం జేరం బిలిచి నీవు వేగమె యింద్రనందను ద్వారకకుం దోడి తెమ్మని పంపె.

కృష్ణుండు నిర్వీరపతియగు ద్వారకం బ్రవేశించి యయుక్త యాదవమరణవృత్తాంతమును, అన్న తపశ్చరణానియతుం

డగుటయు, వసుదేవునకుఁ జెప్పె. మఱియు నిష్పురుషయగు
ద్వారకలోఁ దానుండననియు, తాను నన్నుచటె తపశ్చర్యకుం
గడంగుదు ననియు, పార్థుం డింతకు నేఁగుదెంచి స్త్రీ బాలవృద్ధ
సంఘము నరసి రక్షించు ననియు, నేఁటి కేడవనాఁడు ద్వారక
సముద్రమగ్నయగుఁగాన నాఁటి కీపురిఁ గలుగు స్త్రీ బాలవృద్ధ
సంఘమును ధన ధాన్యాదులను దరలింపుమని నామాటగఁ బా
ర్థుతోఁ జెప్పునది యనియు, మిథస్సంభాషణంబు నన తండ్రితో
వాక్రుచ్చి, యాదవనాశవార్తను గుప్తంబుగ నుంచునది యని
వసుదేవు నానతినొందియె త్వరితగతి నన్న యున్నతావున కేఁగ
నాతఁడు యోగంబు నన కృష్ణు నెదుటనె పంచభూతమయుం
డగుడు నాతని దేహంబునుండి యనంతరూపమగు భుజంగం బుద్భ
వించి యదృశ్యం బయ్యె.

దానింగాంచి యచటనె వనస్పత్యంతరముం జేరి యుత్తా
నీకృతదేహుండై శయనించి యొకజానువుపై రెండవజానువుం
జేర్చి కృతమును స్మరించుచుండునంతలో దూరస్థుండగు నొ
కిరాతుఁడు కృష్ణపాదాగ్రమును, కలాపభృత్కలాపముగా
దలంచి తీక్ష్ణార్థచంద్రవిశిఖంబు వింటం దొడిగి గాఢంబుగ నాఁ
నేయ నది, కలాపభృత్కలాపస్రవంతీ జనకంబగు నాపాదముం
గాఁడి రక్తస్రవంతిం బుట్టించి, అన్నమయంబగు నాతని భౌతిక
దేహంబమృతమయం బగుటకుఁ గారణం బయ్యె. అంతలోఁ
గిరాతుం డేతెంచి తాఁ గొట్టినది కేకిని గాక కేకిపింఛధారి యని నిర్వి

ణ్ణుండై యల్లంతన యడలున మ్రొక్కుచు క్షమింపుఁ డనఁ గృష్ణుఁడు వానిని క్షమించి * దుర్వాసముని వాక్యంబునఁ దన కట్లగుటఁ దెలిసి, భౌతికదేహంబు నీలోకమున విడిచి యమృతానందమయం బగు వైకుంఠం బను స్వధామంబునకుఁ జేరెను.

అట దారుకుఁ డర్జునుకొఱ కేగుచు మధ్యేమార్గంబున శ్రీకృష్ణసందర్శనమున కై ద్వారక కేతెంచు నర్జునుఁ దారసించి, కృష్ణసందేశంబును, యాదవనాశంబును జెప్ప నాతఁ డాఁడల నమ్మలు సూఁడిన ట్లుద్వేగమనస్కుండై ద్వారకకుఁ ద్వరితగతి నేగుదెంచి వసుదేవునకుఁ గానుపింప నాతఁడు కృష్ణుని యాదేశంబును సూత్రప్రాయంబుగఁ జెప్పి తా నప్పుడ యర్జునుని సన్నిధిని యోగమార్గంబునఁ బరమాత్మం బొందెను. తన్మరణంబునకు శోకించి యర్జునుండు వసుదేవునకుఁ బ్రపౌత్రుఁడును, అనిరుద్ధపుత్రుండు నగు వజ్రుని గర్తగఁ జేసి, ఆనకదుందుభికి ర్ధ్వదైహిక క్రియలం జేయించి వేవేగమె కృష్ణాన్వేషణంబు కై వనధితీరవనిఁ దఱిసి, కాక కంకావృతంబగు యాదవుల

---

* ఒకప్పుడు దుర్వాసుఁడు శ్రీకృష్ణుఁ బరీక్షింప నెంచి ద్వారక కే కృష్ణునాతిథ్యము నొంది రుక్మిణిని గృష్ణమనఃపరీక్షకై కొన్ని బాధల తనకు క్షీరాన్నాసక్తి గలుగుటం దెలిపినఁ గృష్ణుఁ డట్లు సేయింప, రాన్నముఁ దనయొడలికిఁ బూయు మనఁ గృష్ణుఁ డట్లు సేసె. ధఃపాదంబునఁ బూయక పోఁగాఁ గృష్ణుతో “నీ కెందును నాపద యధఃపాదంబున లేపనంబు సేయమి నీకధఃపాదంబున నె శరఘాతంబంబు గలుగు” నని చెప్పెనట!

పోలికలనిం గని, అమేయదుఃఖాన్వితుండయి పోవఁబోవ నొక్క యెడ, అచ్యుతాగ్రజు నస్థిపంజరంబును, దాని కనతిదూరంబున నచ్యుతిని భౌతికశరీరంబును గాంచి వెల్లివిరిసి వచ్చు దుఃఖాంబుధిలో మగ్నుఁడై హా! కృష్ణా! యని నేలపై వ్రాలి మూర్ఛిల్లి, కొంతవడికిఁ దెలిసి, యాతనిచేఁతలు నైకవిధముల నుగ్గడించుచు, పునఃపునర్మూర్ఛలఁ దేలితేలి తనది యరణ్యరోదనమనుకొని కరిష్యమాణకార్యం బూహించి సన్నిహితవనస్పతులనుండి సమిధలను సంగ్రహించి మథనాగ్నిచే నాపద్ధర్మవిధిని, సచ్చిదానంద విగ్రహులగు రామకృష్ణుల భౌతికదేహంబులఁ జతాగ్ని కర్పించి, అనృణుండ ననుకొనియె.

ఇమ్మట భవితవ్యంబునకై త్వరమాణ మానసుండై ద్వారకం జేరి నేఁటికి మూఁడవనాఁడె ద్వారక సముద్రంబుచే ముంపఁబడుననియు, మీరందఱు ధనధాన్యంబులఁ బదిలంబుగఁ జేర్చుకొని యెల్లి సాయంకాలమునకె ద్వారకాపురిని నిర్గమించి యోజనంపు దూరంబున శిబిరంబుల విడియవలయుననియు, ఇది కృష్ణాదేశంబనియుఁ జాటింపించి కృష్ణభార్య లాదిగాఁగల యంతఃపురకాంతలను శిబికల నాందోళికల రథంబుల నధిరోహింపఁ జేసి, అమిత ధనరాసుల నుష్ట్రంబుల, వేసడంబుల, వృషభంబుల, శకటంబుల, గోనెల వేయించి మోపించుకొనుచుఁ దాను వెనుకయై, ద్వారకా బహిర్భాగంబునుండి యోజనదూరంబు నతిక్రమించి, అంతకుమున్న పరిజననిర్మితంబులగు పటకుటీరంబులఁ

చేర్చెను. తక్కుంగల పౌరులును స్వవస్తువాహననివహంబులఁ గొని యర్జునానుమతంబున నట్ల శిబిరంబులఁ జేసిరి.

మఱునాఁడు వేఁకువ, ఉదధి తాళవృక్షోన్నత తరంగ మాలికలతోఁ బోరుకొలుపుచు నుప్పొంగి ద్వారకాపుటభేదనంబు నొక్కపెట్టుగ నర్జునాదులు చూచుచుండ వారి యెట్టయెదుటనె ముంచి తత్పురోన్నత సౌధాములతోడనె లోనికిఁ గొనెను. స్వగృహాదులు జలమగ్నంబు లగుట దౌదవ్వులం గాంచి శిబిరస్థ జను లొక్కపెట్టునం గొల్లుమని యేడ్చిరి. పిమ్మట నర్జునానుమతంబున వారు పయనంబై మరుస్థలమార్గంబున నింద్రప్రస్థ పురివైపున కరుదెంచుచుండిరి.

యాదవు లన్యోన్యకలహంబునఁ జచ్చుటయు, కృష్ణ నిర్యాణంబును, జంఘాలురగు బోయలవలనఁ బంచనదప్రాంతపు బోయలు తెలిసికొని వారు ద్వారకం గొల్లఁగొన నేతెంచుచు మార్గమధ్యంబునఁ పలవలనిమూఁకచే రక్షింపఁబడుచు నర్జునుని యాధిపత్యంబున వచ్చుచున్న కృష్ణ కృష్ణానుయాయుల వనితా సహస్రంబును, అగణ్య ధనరాసులను, కాంచి విమోహితులు లుబ్ధులు నగుటచే నాలుబ్ధకులు పార్థుండొంటరి యనియు రక్షక భటు లల్పసంఖ్యాకు లనియుఁ దాము వేసకువేలుగ నుంటిమని యు దివసమున నా నారీమండలంబు పైఁబడి, మండనంబులను, మండనవతులను గూడ దోఁచికొన నారంభించిరి. అది తెలిసి రక్షకభటులను బురికొల్పి కవ్వడి కవదొనలును, గాండీవంబును,

బూని వారిపై శరవర్షంబు గురియింప వేఱొకప్రక్క మఱికొందఱు కిరాతులు నారీమండలమును, ధనరాసులను, దోఁచికొనిరి.

వార్ధకవశుండు వృద్ధుండగుటచేతను, తన బాహుబల విజృంభణమునకుఁ గారకుఁడగు కృష్ణుండును, తత్సహచరులగు సాత్యక్యాదులును, పరాసువు లయిరను విచారమునను, నిస్రాణుఁడై 'సవ్యసాచిత్వ, విజయత్వ, బీభత్సత్వ, ధనంజయత్వము లను' క్షాత్త్రముతోఁగూడఁ గోలుపోయెను. కర్ణద్రోణాదుల పైఁ బ్రయోగించిన దివ్యాస్త్రంబులు ప్రతిభాషింపకుండెను. శరధులంబోని శరధులు శరశూన్యంబు లయ్యెను. దృష్టిముష్టి బలంబులు సడలఁ బురుషవిగ్రహుండై యయ్యెను.

బోయలు విజృంభించి యావద్ధనరాసులను జూఱఁగొనిరి. మఱికొందఱు వనితలఁగూడ నపహరించిరి. కొందఱు మానిను లాఘోరసమయంబున మానంబులు దక్కవని యాత్మహత్యలఁ గావించుకొనిరి. కొందఱు దుష్టాంగినలు మాత్రము బోయలను స్వయముగానె కాముకత్వమున వరించి వెన్నంటి పోయిరి. అర్జునుం డీమహోత్పాతదృశ్యముఁ గాంచి యిదియంతయు భగవల్లీల యనియు, దైవికము దాఁట నేరికి నశక్యమనియుఁ దలఁచి గాండివంబుతోడనె పెక్కండ్రబోయలను మోఁది యంతకపురి కనుచుచు, శ్రీకృష్ణబలరాముల యంతఃపురాంగనలను, కృతవర్మాక్రూరసాత్యకుల కుటుంబములను, వజ్రుని, కాఁచుకొని,

ఎట్టకేలకు బోయల బారినుండి వెడలెను. అక్కిరాతులును, అపారధనంబులు దక్కుటం జేసి తృప్తి నొంది తమదారిం బోయిరి. ఖిన్నమనస్కుండగు నర్జునుండు తనకంటె దైన్యముతో నున్న వజ్రాదులంగూడి యింద్రప్రస్థపురిం జేరెను.

పిమ్మట నాతండు, మధురాపురీ రాజ్యాంతర్భూతమై యొకప్పు డింద్రప్రస్థభూమి యుండుటచే యాదవుల కది "అభిజన" మగునని తలంచి వజ్రున కింద్రప్రస్థమును, సాత్యకి సూనునకు సరస్వతీపురమును, ఏలుకొననిచ్చి, వార్ష్ణేయులు రాజ్యానర్హులనెడి యాంక్షను బోఁగొట్టెను. భోజులకు రాజుగఁ గృతవర్మపుత్రు నేర్పఱిచి, ఆతనిని దక్షిణాపథములోని 'మృత్తికావత' పురమున కభిషిక్తుం జేసెను. భోజకులజులగు నక్రూరు సంతతివారిని వజ్రుండు పోషించునటుల నాతని కిల్లడ సేసెను కాని వారు వజ్రపాలితులుగ నుండ నిష్టపడక స్వచ్ఛందచారులై యెటకో పోయిరి.

పిమ్మట నర్జునుం డవనతవదనుండై రుక్మిణ్యాది కృష్ణ షీమణులకడ కేఁగి కృష్ణుండని నిరుద్ధస్వరుం డగుచు, వారు వేఁతనే కృష్ణనిర్యాణముం దెలిసికొని భర్తృస్మరణంబు చు సహగమనంబు సేసిరి. సత్యభామాదులు తపశ్చరణాం హిమవదుత్తరభాగమున కేఁగి తపశ్చరణంబున గాలాం మునఁ గీర్తిశేషు లైరి.

పిమ్మట నర్జునుఁ డన్న కిది యంతయు విన్నవింప కరినగరంబున కరుగుచు మార్గమధ్యంబునఁ బారాశర్యుఁ గాంచి కృష్ణ నిర్యాణాది సమస్త యాదవనాశమును, తద్వనితాపహరణమును, విన్నవింప నాతం డిది దైవకృత్యం బనియు, దీనికై చింతింప నవసరములేదనియు నోదార్చి తనదారిని దాను బోయె.

అష్టమానువాకము.

పరిక్షిత్పట్టాభిషేకము.

యాత్రాయాత జనంబువలన యాదవుల నాశంబు వినియుఁ గృష్ణ నిర్యాణంబు నెఱుంగక, దుర్నిమిత్తంబులు పొడసూప వికల హృదయుండై పార్థునిరాక కెదురుచూచుచు ధర్మజుఁడు భీమున కిట్లనియె.

మ. హరిఁ జూడ న్నరుఁ డేఁగినాఁడు నెలలే
డయ్యెంగదా రారు, గా
లరు లెవ్వారును యాదవుల్ సమదలో
లస్వాంతు లీవేళ సు
స్థిరులై యుండుదురా? మురారి సుఖియై
సేమంబుతో నుండునా?

యెర వై యున్నది చిత్త మీశ్వరకృతం
బెట్లోకదే మారుతీ.

మ. యవ పద్మాంకుశ చాప చక్ర ఝష రే
ఖాలంకృతం బైన మా
ధవు పాదద్వయ మింక మెట్టెదు పవి
త్రత్వంబు నేఁ డాదిగా
నవనీకాంతకు లేదుపో, మఱి మదీ
యాగంబు వామాక్షి బా
హువు లాకంపము నొందుచుండు నిల కే
యుగ్రస్థితుల్ వచ్చునో.

ఇట్లనునంతలో ఖేదచేతస్కుండై, విన్ననగు మొగంబు గలిగి యర్జునుండు వచ్చి యన్న కెఱఁగి కన్నీరు మున్నీరుగ నేడ్వ ధర్మజుం డాతని లేవనెత్తి యిట్లనియె.

శా. మున్నుగ్రాటవిలో వరాహమునకై
ముక్కంటితోఁ బోరుచో,
సన్నాహంబునఁ గాలకేయుల ననిం
జక్కాడుచోఁ, బ్రాభవ
స్కన్నుండై చను కౌరవేంద్రుపనికై
గంధర్వులం దోలుచోఁ,
గన్నీ రెన్నఁడుఁ దేవు తండ్రి చెపుమా,
కల్యాణమే చక్రికిన్.

అని పలికినం గన్నీరు కరతలంబునం దుడిచికొనుచు నర్జు
నుం డిట్లనియె.

క. మనసారథి, మనసచివుఁడు,
మనవియ్యము, మనసఖుఁడు, మనబాంధవుఁడున్,
మనవిభుఁడు, గురుఁడు, దేవర,
మనలను దిగనాడి చనియె మనుజాధీశా.

చ. అటమట మయ్యె నాభజన
మంతయు భూవర ! నేఁడు చూడు మా
యిటువలె గారవించు జగ
దీశుఁడు కృష్ణుఁడు లేనిపిమ్మటం
బటుతర దేహలోభమునఁ
బ్రాణము లున్నవి వెంటఁబోక నేఁ
గటకట పూర్వజన్మమునఁ
గర్మము లెట్టివి చేసినాఁడనో.

శా. కాంతారంబున నొంటి దోడుకొని, గాఁ
గాఁ జూచి గోవిందు శు
ద్ధాంతస్త్రీలఁ బదాఱువేల మదరా
గాయత్తులై తాఁకి దా
చెంతంబోయలు మూఁగి పట్టికొన నా
సీమంతినీ సంఘమున్
భ్రాంతిన్ భామినిభంగి నుంటి విడిపిం
పన్ లేక ధాత్రీశ్వరా.

శా. ఆతే, గా రథికుండ, నాహయము, లా
యస్త్రాసనం, బాశర
వ్రాతం, బన్యులఁ దోల్లి చంపుదుఁ దుదిన్
వ్యర్థంబు లైపోయె మ
చ్చేతోధీశుఁడు చక్రి లేమి, భసిత
క్షిప్తాజ్య మాయొంది మా
యాతంత్రోపర భూమిబీజములు మ
ర్యాదన్ నిమేషంబునన్.

అని చెప్పుచుండునపుడె ధర్మజుఁడు మూర్ఛిల్లి కొంత వడికిఁ దెలిసి పరిపరివిధముల విచారించి శ్రీకృష్ణుని చేఁతలు, నాతఁడు తమ కొనరించిన యుపకృతులు పేర్కొని, యాతఁడు లేని యీలోకంబున నుండుటకు రోసి, వైరాగ్యమార్గమునఁ నువుఁ ద్యజించుట యుక్తమని భీమాదిసోదరుల కావృత్తాం ము నెఱింగింప, వారును నన్నతో ననుయాయులగుట కొద్య ం, ద్రౌపది యనుగమనంబున కొడఁబడ, ద్రౌపదీసహితు పాండవులు మహాప్రస్థానముసేయ నుద్యమించిరి.

పిమ్మట ధర్మజుఁడు, విధివత్తుగా గురువులవలన విద్య యు, యువయు, యుగవ్యాయతబాహువు, వరిణద్ధకం ం, అంసలుఁడు నగుటను రాజ్యభారధూర్వహణసమర్థుఁ , రాజ్యలక్ష్మీ పరిగ్రహణయోగ్యుఁడు నగు పరీక్షిత్తును,

మంత్రి సామంత దండనాథ పురోహితానుమతంబుగాఁ బౌరజన సమ్మతిని బొంది, రాజ్యాధీశుం జేయ నిశ్చయించెను.

ధర్మరాజానుమతినొందిన పరిక్షిత్తు శాంతిక పౌష్టిక క్రియలు నిర్వర్తింపఁజేసి, మొదటను ఔదుంబరదారునిర్మితమగు నాసందిపై, వన్యజంతువులలోను బశువులలోను క్షాత్రము కల దగుటచే వ్యాఘ్రచర్మము నుత్తరలోమముగాను, ప్రాచీనగ్రీవముగాను బఱచి, యవ దూర్వ వ్రీహ్యాద్యోషధీతోక్మములను, దధి మధు ఘృతాదికమును, యథావిధిగ సమర్చిన పురోహితులాయా వస్తువినియోగపూర్వక కర్మములను జేసినపిమ్మట, నిట్లనెను. "నేను రాజ్యముకొఱకు, సామ్రాజ్యముకొఱకు, భౌజ్యముకొఱకు, స్వారాజ్యముకొఱకు, వైరాజ్యముకొఱకు, పారమేష్ఠ్య రాజ్యముకొఱకు, మహారాజ్యాధిపత్యముకొఱకు, నన్ను నేను వశముఁ జేసికొనుటకొఱకు దీని నధిష్ఠించుచున్నా" *నని యాసందిపై నున్న వ్యాఘ్రచర్మోపరిభాగంబున నెడమ మోకాలిపైఁ గుడికాలిపిక్క నాని కూర్చుండెను. క్షత్త్రియుఁ డభిషేకముఁ జేయవలయుఁ గాన, ధర్మజుఁడు మంత్రపూతోదకముగఁ గలశమును దెచ్చి, ఔదుంబరపర్ణము నడ్డుగ నుంచి, ఈయర్థము గల మంత్రములఁ జదివెను. "ఈయుదకములు శివతమములు, అన్నిటికి భేషజములు, ఇవి రాష్ట్రమును వృద్ధినొందించుచున్నవి ఇవి రాష్ట్రభృత్తున కమృతములు."

---

* ఐతరేయబ్రాహ్మణమున నీయంశము కలదు.

ప్రజాపతి యేయుదకములచే నింద్రుని, సోముని, వరుణుని, యముని, మనువును, అభిషేకించెనో యట్టి యీయుదకముల చేతనే యీతని నభిషేకించుచున్నాను. నేను నిన్ను రాజుల కధిరాజవగుమనియు, ఋషుల కింద్రుఁడ వగుమనియు, భూములకు సమ్రాట్టువగుమనియు, కోరుచు బలముకొఱకు, శ్రీకొఱకు, యశస్సుకొఱకు, అన్నాదులకొఱకు, ఆయువుకొఱకు, సవిత్రాది దేవతలఁ గోరుచు నభిషేకించుచున్నాను.

అని పరిక్షిత్తు నభిషేకింప నాతఁడు చేయఁగల విధుల నిర్వర్తించి * సభా సమితులు నాకు సుముఖములై యుండుఁగాక యని ప్రజల కభిముఖుఁడై పలుకుచుఁ గనక సింహాసనము నెక్కెను.

అపుడు ధర్మజుఁడు, "ఓ పరిక్షిత్తా! అర్థులు పూర్ణకాములై గృహమునుండి ప్రతినివర్తులగుటయే నీకులధర్మము, అదియే హితము, ఇష్టము, శివము నగును." అని యుపదేశింపఁ బరిక్షిత్తు సమ్రభావంబున గుర్వాజ్ఞను శిరసావహించితి ననెను. పిమ్మట ధర్మజుఁడు పౌర జానపదులకుఁ దమ మహాప్రస్థానము నుగూర్చి తెలిపి తదనుమతి నొంది ద్రౌపదితోఁ దమ్ములతోఁ

---

* అథర్వవేదమున రాజు సభాసమితులంగూర్చి చెప్పు వాక్యములు కాన్పించును. సభలోనివారు సభ్యులనియు, సమితిలోనివారు సామిత్యులనియుఁ బేరు కలిగియుందురఁట! (అవి హౌసాఫ్ కామన్సు, హౌసాఫ్ లార్డ్సువంటివి కావచ్చును.)

బయనంబయి, పరిక్షిత్తునకు, సదసదుపదేష్టగాఁ గులాచార్యుఁడగు కృపుని, ప్రధానమంత్రినిగా యుయుత్సుని, నియమించి తమతో రా నుద్యుక్తురాలగు సుభద్రను, అర్జునుఁడు యదువంశ 'కరీర' మగు వజ్రుని, పాండవవంశ 'కిందళ' మగు పరిక్షిత్తును గాపాడ నియోగించి, ఉలూపీ చిత్రాంగదలను బభ్రువాహనుకడ నుండ నియమించి పాండ్యదేశముఁ కనిచెను.

న వ మా ను వా క ము.

పాండవుల స్వర్గారోహణము

ధర్మజాదులు జ్యేష్ఠానుక్రమముగాఁ బూర్వాభిముఖులై మహోదధిని జేరునప్పు డగ్నిదేవుఁడు బ్రాహ్మణ రూపంబున వారిం దారసించి యభిమానధనుండగు ధనంజయుండు గాండివంబు విడువకుండుటఁ జూచి "అర్జునా! మహాప్రస్థానివగు నీకు గాండివధారణం బుచితంబు గాదు, శ్రీకృష్ణుఁడు చక్రంబుఁ గొనియే పరలోకగతుఁడయ్యెనా?" అన నాతండు దాసికి సంతసించి మహానుభావా! నీవెవ్వండవన, తాను ధనంజయుండగుట

నెఱిఁగించి వరుణుం జేరుటకుఁగాను గాండివమును సముద్రమున వైపించి యంతర్హితుఁడయ్యె.

జ్యేష్ఠానుక్రమంబుగ నడచు ధర్మజ భీమార్జునాదులకు హస్తిపురినుండియే యొక సారమేయము పృష్ఠగామియై వచ్చుచుండెను. ఇట్లు వారు ప్రాగ్దక్షిణ పశ్చిమసముద్రతీరములఁ జూచుచుఁ బశ్చిమసముద్రతీరమున జలధిమగ్నయగు ద్వారకాపురిం జూచి, కృష్ణునిఁ దలఁచుకొనుచుఁ గ్రమంబుగ హిమవంతంబుం గడచి, జన్మస్థానమగు శతశృంగముఁ జూచిరి. అంత వెనుకను నడచు ద్రౌపది తటాలున భూమిపైఁబడి యసువులను విడిచెను. ఆవిధమును భీముఁ డన్న కెఱిఁగించి "ఈమెయం దేమిదోష మున్నది? సర్వసుగుణసంపదగల్గు నీమె యిట్లు పడుటకుఁ గతంబేమి?" అన నజాతశత్రుం డాతనితో నిట్లనియె. "భీమసేనా! ద్రౌపది మనయందఱియందు సమానముగ వర్తింపవలసియుండియు నర్జునునియందు మనంబునఁ బక్షపాతంబు వహించియుండు, అక్కతంబున నీమె ముందుగ నసువుల విడిచినది" అని నిలువక పోవుచుండఁ గొంతతడవునకు సహదేవుఁడు భూమిపై వ్రాలెను. అది యెఱిఁగి భీముఁ డన్నతో "సహదేవుఁడు భూమిపైఁ బడుటకు హేతు వెయ్యది? జ్ఞాని యగు నీతఁడు నిర్దోషుఁడే కదా" అన, సమవర్తి సుతుండు "వృకోదరా! సహదేవుఁడు జ్ఞానంబునఁ దనకుఁ దుల్యు లెవ్వరును లేరని ఇజనుని ధిక్కరించును. అదియే యాతని ప్రాజ్మరణమునకుఁ

గారణము'' అని చెప్పి నిలువక పోవుచుండఁ గొంత తడవునకు నకులుఁ డసువుల విడిచి భూమిపైఁ బడెను భీముఁ డెప్పటివలె "అన్నా! కోమలహృదయుఁడగు నితఁ డేల పాలిసెను?" అన, యుధిష్ఠిరుఁడు "పావనీ! నకులుఁడు తాను సౌందర్యవంతుఁడ నని తక్కుంగలవారిని మానసంబున నెక్కిరించుచుండును. అది యే యీతని పతనకారణము" అని నిలువక నడచుచుండఁ గొంత తడవునకు విజయుఁడు విశ్వంభరపైఁ బడి విగతజీవుండగుడు వృకోదరుం డెప్పటియట్ల యన్నతో "సకలగుణాభిరాముఁడును, కృష్ణాశ్రితుఁడును నగు నీవిజయుఁ డేల విగతజీవుఁ డయ్యెను?" అన, పరేతరాట్సూనుఁడు "మారుతీ! పార్థుఁడు కురుసైన్యంబుల నొక్కనాఁడ గెల్తునని చెప్పి యట్లు చేయలేకపోవుటచే నీతఁడు ముందుగ మృతినొందుటకుఁ గారణ మయ్యె; మఱియు నీతఁడు తనకు సాటి ధనుర్ధరు లెవ్వరు లేరని ప్రతివీరుని ధిక్కరించుచుండును. అందుచేత నిస్వచ్ఛుఁడు విగతజీవుఁ డయ్యెను" అని వెనుకఁజూడక పోవుచుండెను. కొంతతడవునకు భీముఁడును గూలంబడి "అన్నా! నేనెందుల కిట్లు పడిపోవుచున్నాను?" అనఁ బితృపతిసూతి "పావనీ! నీచరితంబు పావనంబె యయ్యు నభిమానధనుండవగు నీ వమితభోజివి; మఱియుఁ బరుల బలంబును దృణీకరించి నిందించు దోషంబు నీయందుండుటంజేసి నీకిట్టి పాటు గలిగెను." అని యాతనివలను నైనను జూడకయె నిర స్వాంతుండై సారమేయ ద్వితీయుండై చనఁజన, నింద్రుండా నూ

తలి చోదిత రథం బెక్క ప్రత్యక్షుం బగుడు, ధర్మజుండు వినతి నొనర్ప నింద్రుండు "ధర్మరాజా! ఏతద్రథం బధిరోహింపుము; నీసచ్చరితంబునకు సశరీరస్వర్గంబ యుచితం"బనుడు శమన సూనుండు "స్వర్పతీ! సోదరభోగ్యంబు పత్నీభోగ్యంబు గాని, నాకభోగంబు నాకభోగ్యంబు; నాపత్నీ సోదగు లీభూలోకంబునఁ బడియుండ నే నెట్లు స్వర్గంబునకు గాఁగల"నన నింద్రుండు "ధర్మరాజా! నీపలుకులు ధర్మయుక్తంబులు; నీపత్నీసోదరు లిట భౌతికశరీరములను విడిచి యింతకుమున్న పరలోకంబున నున్నవారు. నీవట వారిం జూతు"వనెను. అప్పలుకులకు సమవర్తి సూతి సంతసించి సారమేయమునకుఁగూడ రథారోహణమున కనుజ్ఞఁగోర నాకపతి నవ్వి "మంత్రపూత పురోడాశము కుక్క కర్హమగునే? స్వర్గ మెక్కడ సారమేయ మెక్కడ? సకల ధర్మవిదుఁడ వగు నీ విట్లాడ నుచితంబే?" అన సమవర్తిసూతి తన సమవర్తిత్వముఁ గనఁబరచుచు విశ్వాసియగు కుక్కురమును విడువరామిం దెల్పి దీర్ఘముగ వాదింప నింద్రుం డాతని ధర్మబుద్ధికి మెచ్చె. అంత సారమేయము సమవర్తియై శమననందనా! నీ యోగ్యతం బరీక్షింప నిట్లు వచ్చితి నని స్వస్వరూపముఁ జూపి యంతర్హితుం డయ్యెను. అంత నింద్రసహితుండై ధర్మజుఁడు త్రివిష్టపంబుఁ జేరెను.

"రాజ్యాంతే నరకంధ్రువ"మ్మనునానుడి సార్థకము సేయ ధర్మజుఁ డింద్రునానతి నరకముఁ జూడనేఁగుచు స్వర్గంబున

నొక్కయెడ భోగియగు సుయోధనుఁ గాంచి, ఈసునకుఁ బుట్టినిల్లును బహు వీరహనన హేతు పాపియు నగు నీతం డిట్లు స్వర్గసుఖమునొందఁ గారణం బేమని విచారించుచు, 'రౌరవ, తామిస్ర, కుంభీపా'కాది నరకంబులఁ జూచుచు, యాతనా దేహంబుల నొంది యాతనల ననుభవించు జీవులయార్తనాదంబుల నాలకించి యుద్విగ్నమానసుండై, పోవంబోవ నొక్కయెడ నపూర్వ దృష్టస్వరూపంబుల నొంది యైదుగురు పురుషులు నొక వనితయు, "మహానుభావా! యుధిష్ఠిర మహారాజా! అట నించుక నిలు నిలు, నీదర్శనమాత్రంబున—నీగాత్రపుగాలి సోఁకినంతమాత్రమున—మాయాతన లుపశమిల్లుచున్న"వని శ్రుతపూర్వస్వరంబులం బలుకఁగ, నౌమని నిర్విణ్ణుండై మీ రెవ్వ?"రన "నేను కర్ణుండ, భీముండ, అర్జునుండ, నకులుండ, సహదేవుండ, ద్రౌపది" అని వారనిరి. ధర్మజుఁ డామాటల నాలించి దుఃఖార్తుండై కూలఁబడునంతలో దేవదూతయే తెంచి "మహారాజా! దేవేంద్రుఁడు దేవలోకంబునకు మిమ్ము రమ్మని యానతిచ్చుచున్నాఁ"డన, ధర్మజుఁ డాతనితో నిట్లనియె "ఓయీ! నాసతీసోదరు లిట నరకయాతన లనుభవింపుచుండ నే నెట్లు స్వర్గంబునకు రాఁగలను? నాకిదియే స్వర్గము; నేను రానని బిడౌజునిఁ బలుకుము" అన నాతండు వోయిన యనతికాలంబున కింద్రుఁడే తెంచి "రాజా! నీసతీసోదరులు స్వర్గమును జేరిరి. కర్ణభీమార్జున నకుల సహదేవులును, ద్రౌపదియుఁ గ్రమముగా జ్ఞాత

సోదరాపకృతిచేతను, పరధిక్కారపారుష్యంబునను, అన్యథానుష్ఠాధికారంబునను, స్వసౌందర్యపుగర్వంబునను, జ్ఞానంభావాహంభావమునను, పార్థుపైఁ బక్షపాతంబునను, తాత్కాలికపు నరకము నొందిరి. అది యిటమీఁద లేదు. ధారమ్మన సంతసించి, సునాసీరా! సుయోధనుం డేల స్వర్గము నొందె నన, పురందరుం డోయుధిష్ఠిరా! దుర్యోధనునం దెన్నిదోషంబు లున్నను, అతండు సుయోధనుండై రణహతుం డగుటచే వీరస్వర్గముఁ జూఱఁగొనె; నీ వింకను మానుషదేహంబు నొంది యుండుటచే నీర్ష్యాసూయలు నిన్ను వదలలేదు. పురోదృశ్యమాన వియద్గంగలోఁ గ్రుంకు మన నతం డట్లు సేసి దేవత్వ మొంది సూర్య పవ నేంద్రాశ్వినులఁ గూడిన కర్ణ భీమ పార్థ యమజులను మహాశక్తిం గలిసిన ద్రౌపదిం జూచి సంతసిల్లి, అనిర్వచనీయామోక్షము నొందెను. ఇటుఁ బరిక్షిత్తు నారదు వలనఁ బితామహులు సన్యస్తులై స్వర్గము నొందుట విని నారాయణబలి విధానమున నిష్కృత్యాణం డయ్యె.

ప్రథమప్రపాఠకము సమాప్తము.

ద్వితీయ ప్రపాఠకము.

ప్రథమానువాకము.

పరీక్షిద్రాజ్యపాలనము.

పరీక్షిత్తు, పితామహదత్తమగు రాజ్యముఁ బొంది *దినాంతమున సూర్యునిచే నిహితమగు తేజమునొందిన యగ్నివలెఁ" బ్రకాశించెను. ఆతనికి, బాల్యముననె కురువీరుల కొంబరములం బొమ్మపాత్రికలగాఁ జేసికొన నభిలషించి తదభిలాషమును నెఱవేర్చుకొనిన యుత్తర, కన్నతల్లి—పదునాఱవ యేఁటనె యతిరథ మహారథులను నేలకుఁ గూలఁగుఁ దెచ్చి భీష్మద్రోణాదులచే నసదుగాఁ డీతఁడని నుతింపఁబడిన యభిమన్యుని తండ్రి—ముక్కంటితోఁ నెక్కటికయ్యమునఁ బోరి మెప్పొందిన విజయుండు పితామహుండు—వీరసోదరి వీరపత్ని వీరప్రసవ యగు సుభద్ర పితామహి—ధనుర్యోధనార్జునాది మహావీరులకుం గురువగు కృపాచార్యుం డాచార్యుండు—తాను విద్యచే మనశ్శక్తిని, సాముగరిడీలచే శరీరశక్తిని, శస్త్రాస్త్ర విన్యాసాదులచే శస్త్రాస్త్రశక్తిని, పరిశ్రమముచే దృఢముష్టిష్ట్యలాఘవములను, అలవఱచుకొనినట్టి దిట్ట—అయినను బరి

---

* "సూర్యుని తేజస్సు రాత్రి యగ్నియందుఁ బ్రవేశించునని వేదమునఁ గలదు.

క్షిత్తు పరరాష్ట్రముల నాక్రమించుట యుక్తము గాదనుకొనెను. కారణ మేమన, కురుపాండవయుద్ధఫలముగా దేశము నిర్మనుష్యకల్పమై, జీవించిన పాండవకౌరవపక్షము వారు పుత్రకళత్రాదులతోఁ బరిదేవించుచుఁ బాండవభీతిని బలాయితులై, పరదేశముల కేఁగుటచేతను, కృషి పాశుపాల్యాదివృత్తులు గలవారు సేనా శిబిరాది పరివారముగా సుయోధనునిచే నియమింపఁబడి యాధివ్యాధులచే నశించుటచేతను, పరిసరములఁ జెలరేఁగిన కిరాతులు దారి దోఁపుడుగాండ్రయి జనపదముల దోఁచికొన నాజనపదవాసులు పలాయితు లగుటచేతను, కురుదేశమున వ్యవసాయము సన్నగిలినది; దీనికిఁ దోడు వడగండ్లవానచే నున్న పంటలును నశించినవి. *చాక్రాయణుఁడను "ఉషిస్తి" ఋషివంటివాఁడె యాకటఁబడి గురుదేశములో నేనుఁగులకాపరి యెంగిలి "అలచందల"ను దిని జీవింపవలసి వచ్చినది. అట్టిపరిస్థితులం గాంచియుఁ జిన్నతనమునుండియు మహాయుద్ధమువలన నగు దుష్ఫలములం దలంచియు మనస్సు కరఁగి పరిక్షిత్తు పరరాష్ట్రాక్రమణేచ్ఛను మాని ప్రజారంజన తత్పరుండై స్వరాష్ట్రాభివృద్ధికర కార్యములను నిర్వహింపఁ గడఁగె.

తొలుదొల్తను దేశమును విడిచి పోయిన కౌరవులను సన్మానించి రప్పించి వారు గృహములు కట్టుకొని పాడిపంట

* ఈకథ ఛాందోగ్యోపనిషత్తున వర్ణింపఁబడెను. ఈకథ జనమేజయుని పుత్రునికాలమున జరిగెనని పక్షాంతరము.

లనుభవించురీతిని సదుపాయములఁ జేసెను. అందుల కాకుటుంబములవా రానందించుచుండిరి. ఆవృత్తాంతము నొకఋషి యిట్టులు గానముఁ జేసియున్నాఁడు.

(1) "పరిక్షిత్తు సింహాసన మెక్కి మాకు క్షేమముఁ జేయుచున్నాఁడని యింటిని గట్టుకొనుచు నొక కౌరవ్యుఁడు భార్యతో ననుచున్నాఁడు."

"నీ కేమికావలయును. పెరుఁగా? పాయసమా? మద్యమా? దేనిని దెత్తు నని పరిక్షిద్రాజ్యమునందు భార్య భర్త నడుగుచున్నది."

కౌరవకుటుంబముల నిట్టుల సంతోషపెట్టి నదులనుండి నీటిని గాలువలమార్గమున భూమిపైఁ బ్రవహింపఁజేసి సస్యములు వృద్ధియై పంట లభివృద్ధి నొందునటులఁ జేసెను. ప్రజలు సుఖముగ నుండిరి. ఆవృత్తాంతమును వేఱొకముని యిట్టులు గానముఁ జేసెను.

(2) "ఏభూమియందు, సముద్రములు నదులు నీటి నిచ్చుచున్నవో, ఏభూమియందు దున్నుటచే నన్నము లుత్పన్న

(1) "పరిక్షిన్నః క్షేమమకరుత్తన ఆసన మాచరన్ కులాయం కృణ్వన్ కౌరవ్యః పతి ర్వదతి జాయయా"

"కతరత్తన ఆహరాణి దధి మన్థం పరిస్రుతం జాయాఃపతిం విపృచ్ఛతి రాష్ట్రే రాజ్ఞః పరిక్షితః॥ అథర్వసంహితా 20-128

(2) యస్యాం సముద్ర ఉత సింధు రాపో యస్యా మన్నం కృష్టయస్సంబభూవుః॥

స్థానమునందు గలది, ఆబంగరుగనులు గల భూమికి నమస్కారము.”

(1) “ఏభూమియందు వృక్షములును, పుష్పింపక కాచెడి (మఱ్ఱిమొదలగు) వృక్షములును, వ్యాపించియున్నవో, అనేకవిధములుగా నినుమును ధరించియున్నదో, అట్టిభూమి రక్షించుఁగాక.”

(2) “తేజస్సును బలమును గలిగించు నన్నభాగమగు నేతి నొసఁగు నోభూమీ! నిన్ను స్తుతించుచున్నాము.”

(3) “ధనము రత్నములు బంగరు దొరకెడి నిధులను, గుహలను, ధరించెడి భూమి మంచిమనస్సుతో నాకు ధనము నొసంగుఁగాక.”

(4) “అనేకభాషలను మాటలాడుచు నానావిధధర్మములు గల జనులకు వారివారిస్థితుల కనుకూలముగా నుండిన యీభూమి, గోవు పాల నిచ్చునటుల సహస్రవిధములుగా ధనము నొసఁగుచున్నది.”

(5) “ఓదేవా! ఏమార్గములు విశేషముగా జనులచే నడవఁబడుచుండెనో యారథమార్గము, బండిదారులు, కాలి

---

(1) యస్యాం వివృక్షా వనస్పత్యా ధ్రువాస్తిష్ఠంతి విశ్వహా, పృథివీం విశ్వధాయసం భృతా మచ్ఛావదామః॥ (2) ఊర్జం పుష్టం బిభ్రతీ మన్న భాగం. ఘృతం, త్వాభి నిషీదే సుభూమే॥ (3) నిధిం విభర్తి బహుధా గుహా వసు మణిం హిరణ్యం పృథివీ దధాతు మే. వసూని నో వసుదా రాసమానా దేవీదదాతు సుమనస్యమానా॥ (4) జనం విభ్రతీ బహుధా వివాచ

దారులు, మంచివారికిఁ జెడువారికి నుపయోగపడుచున్నవి. ఆ దారులయందు శత్రువులును దొంగలును లేకుండఁగఁ గాపాడుము. ఈభూమియం దేది మంచిది కలదో దానిని మాకిమ్ము."

(6) "భూమిమీఁదఁగల గ్రామములలో నరణ్యములలో సభలలో జనసమూహములలో సమితులలో మేము నీకుఁ బ్రియమైనటులు మాటలాడుదుముగాక!"

(7) "ఓభూమీ! నీయందుఁగల హిమవత్పర్వతములు, అరణ్యము, ఆనందము నిచ్చుగాక. పచ్చని నల్లని యెఱ్ఱని రంగులు గలుగు ననేకవిధ క్షేత్రములు గలిగి యింద్రునిచే రక్షింపఁబడుచున్న యీభూమి జన్మాంతమువఱకు నానంద మిచ్చుఁగాక."

పరిక్షిత్తును స్తోత్రము చేసినయెడల పశుభాగ్యాభివృద్ధి యగుననియు దేవతల స్తవముతో నది సమ మనియు నాఁటి

సం, నానాధర్మాణం పృథివీయథౌకసం । సహస్రం ధారా ద్రవిణ స్యమే దుహాం ధ్రువేవ ధేనురనపస్ఫురంతీ॥ (5) యే తే పంథానో బహవో జనాయనా రథస్య వర్త్మానసశ్చ యాతవే యైస్సంచరం తుభయే భద్రపాపాస్తం పంథానం జయేమానమిత్ర మతస్కరం యచ్ఛివం తేన నో మృడ॥ (6) యేగ్రామా యదరణ్యం యాస్సభా అధిభూమ్యాం యేసంగ్రామా సమితయస్తేషు చారు వదేమతే॥ (7) గిరయస్తే పర్వతా హిమవంతో రణ్యం తేపృథివీ స్యోనామస్తు. బభ్రుం కృష్ణాం రోహిణీం విశ్వరూపాం ధ్రువాం భూమిం పృథివీ మింద్రగుప్తాం అజీహతే అక్షతో ధ్యష్ఠాం పృథివీ మవత్॥

ఋషులే తలఁచుచుండిరి. మఱియు నాతఁడు సర్వసముఁడనియు నందఱకుఁ బ్రేమాస్పదుఁడగు రాజనియు, వేయునేల, భగవత్సముఁడే యనియు, యజ్ఞకర్మములయందు 'బ్రాహ్మణాచ్ఛంసి' "న్యూంఖ"గా గానము చేయుచుండెను. పరిక్షిత్సవము గల భాగమును "నారాశంసి" యందురు. పరిక్షిత్సవముగల ఋక్కులకు "కుంతాపసూక్త"మని పేరు. పరిక్షిత్తునందుండు గౌరవాతిశయముచే "మహీదాస" మహర్షి తన "ఐతరేయ బ్రాహ్మణములో" (1) పరిక్షిత్తనఁగా నగ్నియనియు, అగ్ని ప్రజలఁ జుట్టుకొని యుండునటులఁ బరిక్షిత్తు ప్రజలఁ జుట్టుకొని యుండుననియు లేక ప్రజ లగ్నిని మూఁగినటులఁ బ్రజ లాతనిచుట్టు మూఁగుదురనియు లేక పరిక్షిత్తన సంవత్సరమనియు సంవత్సరము ప్రజలఁ జుట్టుకొనునటులఁ బరిక్షిత్తు ప్రజల నావరించుననియు లేక ప్రజలు సంవత్సరమును జుట్టునటులఁ బరిక్షిత్తుం బ్రజలు చుట్టుదురనియు బ్రాహ్మణించియున్నాఁడు.

"అంగిరస్సు" అను ముని తన యథర్వవేదమున నిట్లు పరిక్షిత్తును గుఱించి చెప్పెను.

---

(1) "న్యూంఖః పారిక్షితీః శంసత్యగ్నిర్వై పరిక్షిద్ అగ్నిర్హీమాః ప్రజాః పరిక్షే త్యగ్నిం హీమాః ప్రజాః పరిక్షియాం త్యగ్నే రేవ సాయుజ్యాం సరూపతాం సలోకతా మశ్నుతే యఏవంవేద. యదేవ పారిక్షితీః 3 సంవత్సరోవై పరిక్షిత్సంవత్సరో హీమాః ప్రజాః పరిక్షేతి. సంవత్సరం హీమాః ప్రజాః పరిక్షియంతి సంవత్సరస్యైవ సాయుజ్యం సరూపతాం సలోకతా మశ్నుతే. యఏవంవేద॥ ఐతరేయబ్రాహ్మణ 6-6.

(1) "ఓగాయకుఁడా! పశువులను భాగ్యమును సమకూర్పఁగల ఋక్కులను బఠింపుము. విలుకాఁడు విశిఖమును గుఱిపెట్టునటుల దేవతలకుఁ బ్రార్థనను సిద్ధము చేయుము."

"పరిక్షిత్స్తవమును వినుఁడు; ఆతఁ డందఱు ప్రజలకుఁ బ్రేమాస్పదుఁ డగు రాజు, మానవులకు భగవంతుఁ డగు నగ్నివలె నధికుఁడు."

పరిక్షిత్తుచేఁ బాలింపఁబడెడి కౌరవ్యులుకూడఁ గౌరవముగానే చూడఁబడినటులు "మహీదాస" మహర్షి కౌరవ శబ్దమునుగూడ 'న్యూంఖ'గా నుచ్చరింపవలయు ననుటచే నూహింపఁబడుచున్నది. కౌరవ్యులు కళ్యాణమగు కర్మమును జేయువారని, 'ఐతిరేయబ్రాహ్మణము'న నిట్లు చెప్పఁబడెను

(2) కౌరవ్యశబ్దమును న్యూంఖగా నుచ్చరింపవలెను. దేవత లేకల్యాణకర్మమును జేసిరో యది కౌరవ్యులచేఁ బొందుచున్నారు. అట్లే, యజమాను లేకల్యాణకర్మమును జేయుచుండిరో యది కౌరవ్యులచే యజమానులు పొందుచున్నారు."

---

(1) ప్రరేథిరం భరస్య గోవిదం వసువిదం । దేవత్రేమాం వాచం కృథోషునవీరో అస్తా॥ రాజ్ఞోవిశ్వజనీనస్య యోదేవో మర్త్యా అతి । వైశ్వానరస్య సుష్టుతీమాః శృణోతా పరిక్షితః॥ అథర్వ. 20-127.

(2) బ్రా॥ న్యూంఖః కౌరవ్యాః శంసతి. దేవావై యత్కించ కల్యాణం కర్మ కుర్వం స్తత్కౌరవ్యాభి రవాప్నువం స్తథైవై తద్యజమానాః యత్కించ కల్యాణం కర్మ కుర్వంతి తత్కౌరవ్యాభిరాప్నువంతి॥

ఐ. బ్రా. 6. 54.

పైయంశముఁబట్టి పరిక్షిత్తునకు లోఁబడిన కౌరవులు గౌరవకార్యములఁ జేయుచుండిరని తోఁచును. మఱియు "అంకురారోపణము" (గింజలను మొలపించుట) కల్యాణకర్మముగా యజ్ఞములయందును, వివాహాదిశుభకర్మములయందును నెంచఁబడును. కాన కౌరవ్యులు వ్యవసాయకులైనఁ గావచ్చును. యజమానునకుఁ గల్యాణకర్మమును జేయువారనుటచేఁ బరిక్షిత్తునకు భృత్యులైన నగుదురు. 'న్యూంఖ' యను గౌరవబిరుదము కౌరవ్యుల కుండుటచే, పరిక్షిత్తుకడ కౌరవ్యులు రాజపురుషులైనఁ గావచ్చును

ఇట్లు సర్వసమ్మతముగ సుఖకరముగ రాజ్యపాలనాదివ్యవహారములను స్థిరపఱచి దేశము ధన ధాన్యప్రజాసంపద్యుక్తముగాఁ జేసి పరిక్షిత్తు వినుతి నొంది సంతుష్టుఁ డయ్యెను.

ద్వితీయానువాకము.

మాద్రవతీపరిక్షిత్తుల వివాహయత్నము.

ఆశ్రమచతుష్టయములో గార్హస్థ్యము తక్కిన యాశ్రమత్రయమునకు నాధారభూతము. అందువలననే "బధిర పంగ్వంధ భిక్షుక బ్రహ్మచారి జటి పరివ్రాజకాదు"ల కాధారభూతము గృహస్థాశ్రమ మని యొక కవి చెప్పెను.

గృహస్థాశ్రమమును స్వీకరించుటకుఁ బూర్వము ముప్పదిమూఁడు, లేక పదునెనిమిది, కాకున్నఁ దొమ్మిది, సంవత్సరములు

గురువుకడ వేదాధ్యయనముఁ జేయవలయు నని 'మన్వాదులు' విధించియున్నారు. ఆధర్మము ననుసరించి పరిక్షిన్మహారాజు, ముప్పది యాఱేండ్లుత్తమమగు బ్రహ్మచర్యము నవలంబించి, అధీత వేద వేదాంగుఁడై "ఫలవర్థావబోధ పర్యంతము" రాజ నీతి నభ్యసించి గార్హస్థ్యముచే "పురుషార్థత్రయమును" సాధింపఁ దలఁచెను.

(1) "ఏస్త్రీయందు మనస్సు, కన్నులు నిబద్ధమైయుండునో, ఆ స్త్రీయందే సంతానాద్యభివృద్ధి యగును." అనియు, రూప శీలాదులు గలుగు నామె నుద్వాహము కావలె ననియు, మహర్షులు వక్కాణించుటచే నట్టి యాపె "ఉత్తరమద్రదేశము" నేలునట్టి "శల్యునకు" పౌత్రుఁడగు నుపశల్యునికుమార్తె మాద్రవతి యనునామె కల దని విని యామె వృత్తాంతము నరసి రమ్మని విదుషీమణులగు నంతఃపురపరిచారికల నంప, వారు 'మాద్రవతిని' జూచి, కతిపయదినంబులకేతెంచి పరిక్షిత్తుమ్రోలఁ దమయభిప్రాయముల నిటుల విన్నవించిరి. "మహాప్రభువా! శిరీషకుసుమకోమలియు సర్వాంగసుందరియు నగు మాద్రవతి, తన్వి,—శ్యామ,—సుభ్రు,—కేకికచ,—మంజుభుజ,—శిఖరిదశన,—పక్వబింబాధరోష్ఠి,—చకితహరిణీప్రేక్షణ,—ఉడురాజముఖ,—మృగరాజకటి,—గజరాజవిరాజితమందగమన" పలు పలుకు లేల? అచ్చిలుకులకొలికి, పలుకులఁ బలుకులవెలందిని, రూపునఁ గలు

(1) "యస్యాం మనశ్చక్షుషోర్నిబంధస్తస్యా మృద్ధిః"॥ ఆ. గృ

ములచెలిని, తలపింపఁ జేయుచు, యువతీసృష్టిని జేయునపుడు బ్రహ్మదేవుఁ డాదిని యీమెను సృష్టించెనో యనునట్లుండును, ఆమె యాకారమునకుఁ దగినవిద్యయు—విద్యకుఁదగిన ప్రజ్ఞయు—ప్రజ్ఞకుఁదగిన సౌశీల్యమును—సౌశీల్యమునకుఁ దగిన చేతలు—కలిగి, సర్వవిధముల నీకుఁ దగి యున్నది. ఆమెయు నీవును గూడిన "సరస్వతింగూడిన బ్రహ్మవలె, లక్ష్మిం గూడిన విష్ణువువలె, గౌరిం గూడిన గిరీశునివలె నుందువు."

అని చెప్పి మాద్రవతీచిత్రపటం బొండు సమర్పింపఁ బరిక్షిత్తు చిత్రదర్శనంబునఁ 'దృగవస్థను, బిమ్మట మనస్సంగ, సంకల్ప, జాగరావస్థల' నంది మఱుచటి మధ్యాహ్నమునకె కార్శ్యము నొంది, అరతిచే నాహారాభావము గలుగ సాయంకాలమువఱ కెట్లెటులలో విరాళిని సహించి, హ్రీత్యాగముఁ జేసి, అయ్యరాతిభీకరుండు, రాతిరి (1) రాతిఁకో, మంతనంబుండి, మాద్రవతి నుద్వాహ మగుట కుద్యోగించి మఱునాఁడు మంత్రివంతులు ప్రయాణయోగ్యోచిత వస్తుసమన్వితులు సుహృత్తులు నగు కృపాదివృద్ధులఁ గొందఱఁ దనకొఱకు మాద్రవతి యను కన్యను వరింపుఁ డని పంప, వారు కతిపయదినంబులకు మద్రపురి కేగి తద్దేశాధీశ్వరుం ఇట్లనిరి,

"ఓమహారాజా! (2) ఆంగిరస గౌరవీత సాంకృత్య,

(1) "రాతినా సంభాష్య యథార్థం గచ్ఛతి" అ గృ సూ.

(2) భీష్మ ధర్మజాలు నైయాఘ్రి గోత్రజులని భారతమునఁ గలదు.

ప్రవరాన్వితుఁడును ‘వైయాఘ్రపు’ గోత్రజుఁడును, పాండురయశో విరాజితుఁడగు పాండువర్మకు నప్త్రయు, దుర్జనసంత్రస్తుండగు నర్జునవర్మకుఁ బౌత్రుఁడును, వీరాధివీరుఁడగు నభిమన్యువర్మకుఁ బుత్రుండును, కృష్ణీకృతశత్రుప్రియాననుండును, కృష్ణపరీక్షితుండును నగు పరీక్షిద్వర్మకు మీపుత్రికాలలామయగు మాద్రవతిని వరింపవచ్చితి” ననెను.

ఆ యువశల్యుండును, పాండువంశజులకు, తన యాఁడుబిడ్డల నిచ్చుటచేఁ బాగ్యప్రదసంబంధమును సంపాదించి, వృద్ధమంత్రిపురోహితులకును తనరాణికి నెఱిఁగించి పాండవవంశ కార్యవృత్తాంతముఁ జెప్ప నంతిపురమునుండె. కన్యక ప్రభాగుణసంపదలను విని పరీక్షిత్తునకు సమానముగ నన్నిదశల ననుభవించు నా మాద్రవతి, అత్యంతానందము నొంది మాఘపులచేతనే సమ్మతిఁ దెలుప నుపశల్యుండు గౌర్యాది పూజలఁ గావింపఁజేసి కృపాదులకు సమ్మతిఁ దెలిపి, నిలస్పృష్టపురోహితులతో వారికడ కేతెంచి, “కాశ్యపావత్సారనాసిత” ప్రవరాన్వితుఁడును, కాశ్యపస గోత్రజుండునై శత్రుహృదయ శల్యుండగు శల్యవర్మకు నప్త్రియు, నిర్జితదిక్పరాక్రముఁడగు మహాశల్యవర్మకుఁ బౌత్రియు, సత్యామిత్రి

భీష్మనిర్యాణాదిని జెప్పు శాస్త్రగ్రామమునందు భీష్ముఁడు సాంకృతిప్రవరాన్వితుఁడని చెప్పఁబడెను. అనస్తంబ ఆశ్వలాయన, ప్రవరఖండములలో వైయాఘ్రపద్యగోత్రము వ్యాఖ్యాతము. సాంకృతిప్రవర కలదు. అదియే యిచట గ్రహింపఁబడెను

విశల్యకరణియగు నుపశల్యవర్మకుఁ బుత్రికయు, సర్వమంగళగుణములచే సర్వమంగళా సమానయునగు మాద్రవతిని, పరిక్షిద్వర్మకిచ్చుచుంటి మని చందనతాంబూలాదుల నిచ్చి బహూకరించి కార్తాంతికులను రావించి ముహూర్తముఁ దెలుపుఁ డన వారు "జామిత్రశుద్ధియుఁ బంచకరహితము శుభగ్రహదృగ్బలము గల లగ్నము" నిర్ణయించి యాసన్నముహూర్తమునె తెలుపఁ గృపాదు లాశుభవార్తను వేవేగమె పరిక్షిత్తునకుఁ దెలుప జంఘాలురను ముందంపి, తామును గతిపయప్రయాణంబులు చేసి హాస్తిపురింజేరి యంతకుఁ బూర్వమె శుభవార్తఁ దెలిసిన పరిక్షిత్తునకు సవిస్తరముగఁ దాము పోయి వచ్చిన యంశముల నెఱిఁగించి సంతసింపఁజేసిరి. ఉత్తరా సుభద్రలు కృపునిచే యావద్వృత్తాంతముఁ దెలిసి, కలిసిన సంబంధమే యని సంతసించిరి.

తృతీయానువాకము.

పరిక్షిత్తు మాద్రవతిం బెండ్లియాడుట.

పరిక్షిత్తుచేఁ గృప యుయుత్సులు వివాహమంగళోచిత కర్మకలాపంబులు నిర్వర్తింప నియుక్తులై మిత్ర బంధు సామంత దండనాథాదులకు శుభలేఖలను వ్రాయించియు, కులవృద్ధుల నంపియుఁ, దరలిపోవు దివసంబునకుఁ బూర్వదినంబుననె వారు వచ్చునటులు సేసిరి. యుయుత్సుచే స్వయముగ నాహూతుఁ

డగు బభ్రువాహనుండు సపరివారుండై రాఁ బరీక్షిత్తు, తండ్రి యగు నభిమన్యుండు వచ్చినటులె సంతసిల్లెను.

పెండ్లికిఁ బెద్దలు, వృద్ధులగు నైమనలు, ముద్దియలు, విద్దెల నారితేఱిన సద్గురువులు, వివాహకర్మకలాపంబులు నిర్వర్తించు పురోహితులు, మంత్రి దండనాథులు, సహాధ్యాయులు, సతీర్థులు, మిత్రులు, భృత్యులు, పరిచారికా పరిచారకులు, వీరభటులు, పాచకులు, వీణా వేణు భేరీ కాహళాది మంగళవాద్య నాదకులు, పయనం బయిరి. వారిలో వివాహములకు సాధారణముగవచ్చు 'పాత్రేసమ్మితులు' గాని 'దేవానాంప్రియులు' గాని లేకుండిరి. వారు రథములపై వాహనములపై శకటములపై నడకలపైఁ బ్రయాణంబులు సాగింపఁ దివురుచుఁ దోడరా, పరీక్షిత్తు నీలనీరదసన్నిభంబులగు నాజానేయములఁ బూన్చిన తేరిపై మృగరాజలాంఛనం బగు కేతనంబు నెత్తించి, శుభాలంకృతుండై, ఉచితపరికరంబుల నవలంబించిన సూతునితోఁ గూడిన యారథము మంగళవాద్యంబులు భూనభోంతరాళంబు మాఱుమ్రోయ నధిరోహించి, ఇంద్రునివలెం బ్రకాశించుచు మద్రపురీ పరిసరంబుం జేరెను.

ఉపశల్యుండును మహోత్సాహంబున బంధుమిత్రామాత్య పురోహితాదులతో నెదురు సన్నాహంబుఁ జేసి, ఆచ్ఛాదనాలంకరణంబులం బరీక్షిత్తును బభ్రువాహనుఁ దక్కంగలవారిని గౌరవించి, పిమ్మట "ముక్తాఫల స్రజ్మణి చిత్ర

రథ్యయు, తప్తకార్తస్వర వేశ్మజాలయు, మహేంద్ర నీలోపల హర్మ్యమాలయు, చంద్రాశ్మ సౌధాంతర లోలడోలయు, లసత్పతాకామలకాభిరామయు, అశేష మనోభిరామయు నై, అలంకృతమగు తనపురిలో నొక్కయెడ 'విశాలచామీకర చంద్రశాలయు, ఇందుకాన్తోపల బద్ధకుడ్యయు నై" చంద్రాశ్మనీలోపల స్తంభంబులపై నున్న కృత్రిమ పుత్రికల హస్తంబుల నొప్పారు దీపికలచేఁ బ్రకాశమాన మగు నొక ప్రాసాదమునఁ బరివార సహితంబుగఁ బరిక్షిత్తును విడియించి పెండ్లివారికిఁ దగినయాహారోపహారాదుల నేర్పఱచెను.

పిమ్మటఁ గార్తాంతికు లాసన్నముహూర్తముం దెలుప మంగళస్నాతులు, అలంకృతులు నగు మాద్రవతీ పరిక్షిత్తులను ముత్తెంపుముగ్గులు, ఫలసంఘతోరణంబులు, శాతకుంభ స్తంభంబులఁ జిత్రవిచిత్ర కృత్రిమపుత్రికలచేతులం గల కరదీపికలచే విరాజిల్లు కల్యాణమంటపమున నుభయపక్షములవారును జేర్ప, బ్రాహ్మణులు స్వస్తివాచకంబు లనుసరింపఁ బరిక్షిత్పురోహితుండగు 'ఉపధ్యాయుఁడును' ఉపశ్లోకపురోహితుఁ డగు 'సుమంతుండును' బ్రహ్మపీఠంబుల నధివసించి "కైతకకేశాలంకాయుత సుస్మితు" లగు దంపతులఁ బెండ్లిపీటలపైఁ దెచ్చిరి. సుమంతుఁడు, ప్రాచీనగ్రీవము నుత్తరలోమమును గలుగు 'అనడుహ' చర్మముపైఁ బరిక్షిత్తు నుపవిష్టుం జేయించె. ఉపశల్యుండు తన జాయ సువర్ణకలశంబున నుదకంబుఁ బోయఁ బరిక్షిత్పాదంబులఁ

గడిగి, తడియొత్తి, యాతనిచే వార్చించి, మధుపర్కప్రాశనముం జేయించి, విష్ణుస్వరూపుఁడగు నీవు నాపూర్వులు పదితరముల వారును నాపరమున వచ్చు పదితరములవారును నేనును శాశ్వత బ్రహ్మలోకము నొందుటకై కనకసంపన్నురాలును కనకరత్నాభరణయుక్తయునగు నీమెను దాన మిచ్చుచున్నానని పరిక్షిత్తు నిలిచియుండ శ్రీఖండఫలయుక్తమగు మాద్రవతీ హస్తపుటము నాతని హస్తములలో మాంగళ్యవాద్యములు బోరుకొన నునిచెను. ధర్మము చేయుటకొఱకుఁ బ్రజాసంపత్తికొఱకీమెం బరిగ్రహించుచుంటినని పరిక్షిత్తు పరిగ్రహించెను.

మున్ను 'ప్రధానహోమ' మొనర్చిన పరిక్షిత్తు మాద్రవతితోఁగూడి 'ప్రవేశహోమముఁ' జేసి విధ్యుక్తముగా దేవతల నీరీతిం బ్రార్థించెను. (1) "ఓవరుణదేవుఁడా! ఈమెను అభ్రాతృకనుగాఁ జేయకుము; ఓబృహస్పతీ! ఈమెను బతిహీనఁగాఁ జేయకుము; ఇంద్రుఁడా! ఈమె నసుతఁగాఁ జేయకుము;" అని పిమ్మట మాద్రవతితో "ఓకన్యకా! నిన్ను పితృగృహము నుండి తప్పించి నాగృహమునకుఁ గొనిపోవుచున్నాను. అచటి నుండి నీవు విడివడ వీలులేదు. నిన్నచ్చటనే స్థిరముగా నుండునటులు చేయుచున్నాను." అని "ఓయింద్రా! ఈమె సుపు

---

(1) అభ్రాతృఘ్నీం వరుణాపతిఘ్నీం బృహస్పతే. ఇంద్రాపుత్రఘ్నీం ......కురు॥ ఏకాగ్ని కాండ॥

త్రురాలనుగాను మంచి భాగ్యముగలదానినిగాను జేయుము.” అని ప్రార్థించెను. పిమ్మటఁ బెండ్లికివచ్చిన పెద్దల నుద్దేశించి “ఆర్యులారా! ఈమె మంచి మంగళములతోఁ గూడినది; ఈమెను మీరాశీర్వదించి చేరి యైశ్వర్యముతో నీమె కూడు నటులఁజేసి మీగృహముల కేఁగుఁడు.” అనెను. పిమ్మట యథా విధిగ (1) “నాజీవమునకు హేతువగు నీమంగళసూత్రమును నీకంఠమునఁ గట్టుచున్నాను; ఓసౌభాగ్యవతీ! దీనితో నూ ఱేండ్లు జీవింపుము” అని మంగళసూత్రధారణ మొనర్చె. పిమ్మట నుపశల్యుండు దాస దాసీజనమును రథ గజ తురగా దులను, రత్నాభరణములను, అల్లునకు చూపఱు లమితానం దము నొందురీతి నమితముగ నిచ్చి, కొమరితకు నరణముగా నమూల్యవస్త్రాభరణాముల నొసఁగి, కన్యాదాన ఫలావాప్తికై షోడశవిధ మహాదానములను బ్రాహ్మణుల కొసఁగెను. ఎడనెడ వధూవరులు ‘లాజహోమము, సప్తపదులు’ మొదలగు క్రి యలఁ జేయునపుడు వధూవరులు ప్రేమను దృఢపఱచునట్టి వియు నెప్పుడును విడనాడరానట్టివియు నగు వివిధప్రమాణములఁ జేసిరి. అం దీక్రింది భర్తృవాక్యముచే భార్యకు సర్వాధికార మిచ్చిన ట్లెంచఁబడెను

---

(1) శ్లో. మాంగల్య తంతు నానేవ మమ జీవన హేతువా॥ కంఠే బధ్నా మి సుభగే త్వంజీవ శరదాంశతం॥

(1) "ఓకన్యకా! నీకీ పతికులమునందుండు ప్రేమము, సంతానముతోఁ గూడ వృద్ధియగుఁగాక! ఈగృహమందు గృహయాజమాన్యమునకొఱకు జాగరూకురాలవై యుండుము."

(2) "ఓనారీ! నీవు మామగారియందు రాణివికమ్ము; అత్తగారియందు రాణివి కమ్ము; ఆడుబిడ్డలయందు రాణివి కమ్ము; బావమఱఁదులయందు రాణివి కమ్ము!"

ఇట్లు పెండిలితంతు జరుగుచుండ నెడనెడ బ్రాహ్మణుల యొక్క వేదోక్తాశీర్వచనములు, కవులయొక్క కృత్యాశీర్వచనములు, పెద్దల యాశీర్వచనములు, వందిమాగధుల స్తుతిపాఠములు, పొందుచు దంపతులు లక్ష్మీనారాయణాంశములచే విరాజిల్లిరి. ఉపశల్యుం డావరసంబంధుల నమేయామూల్యవస్త్రాభరణాదులచే సత్కరించెను.

పిమ్మటఁ బరిక్షిత్తు సపరివారుండై 'నవోఢ'తో హాస్తిపురి కేతెంచి, ఉత్తరా సుభద్రలకు నవ వధువుఁగూడి మ్రొక్కి వారల నానందాంబుధినిమగ్నలం గావించెను. హాస్తిపురియందును గురుదేశమునందును మహారాజపరిణయచిహ్నముగాఁ బెక్కులుత్సవములు విందులు నాట్యములు విరాజిల్లెను. పరిక్షిత్తు తన పరివారమునకేకాక దేశస్థులకందఱికి వివిధబహూకారముల

---

(1) ఇహప్రియం ప్రజయా తే సమృధ్యతా మస్మిన్గృహే గార్హపత్యాయ జాగృహి. (2) సమ్రాజ్ఞీ శ్వశురేభవ సమ్రాజ్ఞీ శ్వశ్ర్వాంభవ ననాందరి సమ్రాజ్ఞీ భవ సమ్రాజ్ఞీ అధిదేవృషు ఋ 10-85-46.

సంగి సత్కరించెను. మాద్రవతియుఁ గ్రమముగ మహారాజు కుం దగినమహిషి యనిపించుకొనుచు, ప్రజలకుఁ గన్నతల్లివలె నేకోపకారకార్యములఁ జేయుచు, మహారాజుచేఁ జేయించు చు, ధర్మార్థకామములఁ బరీక్షిత్తుఁ బరితృప్తుం జేయుచు, తాఁ గితృప్తినొందుచు, పరీక్షిత్తునకు ఛాయవలెఁ బ్రవర్తిల్లుచు, వంత శ్రీమతి యని ప్రఖ్యాతి నొందుచు, కదళీవంధ్యయుఁ కవంధ్యయుఁ గాక, 'జనమేజయ, శ్రుతసేన, భీమసేన, ఉగ్ర సు' లను పుత్రరత్నంబుల నలువురిఁ గ్రమంబునం గని యా ందవాహిని నోలలాడి, పతిని బ్రజల నోలలాడించెను. అన్నలు రుపుత్రులు క్రమంబున విరాజిల్లిరి.

చతుర్థానువాకము.

గోపరిపాలనము

భారతీయులకు గోవుకంటెఁ బవిత్రమగు వస్తు వేదియుఁ నరాదు. వేదములు—యజ్ఞములు—పురాణములు—వ్రతములు—శుభకర్మములు—అశుభకర్మములు—వ్యవసాయము—ఐశ్వర్యము—భోజ్యము—భోగ్యము—ఇది యది యనేల, సమస్తము—గోవుతో సంబంధించియే యుండును.

జీవించినంతకాలము గోవుచేఁ దరించితి ననుకొనెడి యా ర్యమతస్థుఁడు, చచ్చినపిమ్మటఁ గూడ గోదానము చేసినని

కాని పరలోకమునందలి *“వైతరణీనది” యను నరకముఁ దరింపలేనని తలంచుట, గోమహిమాతిశయమునకు నిదర్శనము గాదా! గోదానవిశేషముచే ‘నృగ, ఇంద్రద్యుమ్నాదు’ లతిశయకీర్తి నొందిరి. గోవిషయకవివాదములచే విశ్వామిత్రుఁడు శాంతిప్రధాన మగు ఋషిత్వ మొందుటయుఁ బరశురాముఁడు శాంతిని వీడి యుగ్రత్వము నొందుటయుఁ గలిగె. (1) “సత్యకాముఁడను జారిణీ పుత్రుండు (జాబాలి) శూద్రత్వము వీడి బ్రాహ్మణ్యము నొందుట గోపరిపాలనముచేతనె తటస్థించెను.

కాన, గోవు భారతీయులలో నెట్టిమార్పునైనఁ గలిగింపఁ గలదు. గోసంబంధమగు నన్నివస్తువులు భారతీయులకుఁ బరమపవిత్రములు. గవ్యమెకాక గోమూత్రము గోమయముకూడ పవిత్రద్రవ్యములుగా నెంచఁబడును.

‘పంచగవ్యప్రాశనము’ పవిత్రకార్య మని యార్యులు తలంతురు. (2) “లేఁగతోఁగూడిన యొక్కయావైన నెవనియింట నుండదో వానికి శుభము లెట్లగును? అజ్ఞాన మెట్లు పోవును?” అని స్మృతి, గోసంరక్షణము ప్రతిగృహస్థునకును విధి యని చెప్పుచున్నది. నేటికాలమునం బాశ్చాత్యులు, మహమ్మదీయులు

---

* మృతినొందినవాఁడు వైతరణీనదిని దాఁటునిమిత్తము దినాంతకర్మములో గోదానముఁ జేతురు. దానికి వైతరణీగోదానమని పేరు.

(1) ఛాందోగ్యోపనిషత్తున నీ గాథ కలదు.

(2) శ్లో॥ యస్యైకాపి గృహే నాస్తి ధేను ర్వత్సానుకారిణీ। మంగళాని కుత స్తస్య కుత స్తస్య తమఃక్షయః॥ అత్రిస్మృతిః॥

గోవును హింసించుటచే వారి నార్యమతస్థు లనుమానదృష్టితో వీక్షించుటకుఁ గారణమైనది. గోవునందుండు గౌరవముచే "గోసంరక్షకసమితు" లుద్భవించుటకు హేతు వగుచున్నది. గోహత్యను జేయకున్నయెడలఁ దురుష్క-భారతీయ వివాదము లంతరించి దేశ మితోధికాభివృద్ధి గలదై యుండును. గోమాత తనబిడ్డకుఁ బాల నీయక, శిశువుల బ్రతుకునకై ప్రాణాధారకమగు పయస్సు నిచ్చుటచేతనె పరోపకారపారీణ యని తలఁపఁబడును. అట్లె బ్రాహ్మణుండును, స్వార్థమును వీడి పరార్థపరుఁడగుటచేతనే గోవునకుఁ బిమ్మటఁ బవిత్రుఁడుగా నెంచఁబడును. అందువలననె సద్ద్విజుఁడు ప్రతిదినము ప్రాహ్ణ మధ్యాహ్న సాయాహ్నముల సంధ్యావందనమును ముగించునపుడు (1) "నాలుగు సముద్రములపర్యంతము నుండు గోబ్రాహ్మణులకు శుభమగుఁగాక" అని చెప్పును. గోసంరక్షణమును గురించి ప్రాచీన ఋషులు రాజులు విశేషశ్రద్ధాళులై యుండిరి.

(2) 'అత్రి కణ్వ జమదగ్నులు' గోరోగోత్పత్తి హేతువగు క్రిమిజాతిని నశింపఁజేయు సాధనములఁ గనిపెట్టి రనియును "అల్లండు, కురూరు, శలులా" అను క్రిములవలన గోవులకు రోగము లుద్భవింపుచున్న వనియు వేదమునం గలదు. వేదము

(1) చతుస్సాగరపర్యంతం గోబ్రాహ్మణేభ్య శ్శుభం భవతు॥

(2) చూడుఁడు నాచే రచింపఁబడిన వ్యవసాయచరిత్ర

లో గోపూజాసంబంధమగు పెక్కు సూక్తములు గలవు గోవు తల్లి; వృషభము తండ్రి; యని భారతమునఁ గలదు. వృషభమును గుఱించియు వేదమున విశేషముగా నున్నది ప్రతివత్సరము మనదేశమున 'మకరసంక్రమణ' కాలమున నాఁబోతుల నలంకరించి చేయు నుత్సవములు పరీక్షిన్మహారాజుకాలము నుండియే చేయఁబడుచుండెను. వృషభసూక్తమని పేరు గలిగిన వృషభస్వరూపకమగు నీక్రింది ఋగర్థము, మనోహరము నుండును.

(1) "ఈవృషభము తన నాలుగు పాదములచేతను అలక్ష్మిని ద్రొక్కివేయుచు భూమిని కర్షణవ్యాపారముచే భేదించుచుఁ గర్షణాదివ్యాపారములచేఁ గష్టపడిన వ్యవసాయకుని ఖేదమును బోఁగొట్టుచున్నది."

గోవును దన్నుట మహాదోష మని యథర్వవేదమునను శ్రీమద్రామాయణమునను నిట్లు చెప్పఁబడెను

(2) "ఎవఁడు కాలితో గోవును దాఁకుచున్నాఁడో ఎవఁడు సూర్యుని కెదురుగ మలమూత్రములను విడుచుచున్నాఁడో వానిమూలమును నశింపఁ జేయుచున్నాను."

---

(1) పద్భిః సేది మవక్రామ న్నిరంజం ఘాభి రుత్థిదన్ శ్రమే ణాన డ్వాన్ కీలాలం కీనాశ శ్చాభిగచ్ఛతః॥ అథ 4-11-10.

(2) యశ్చ గాం పదాస్ఫురతి. ప్రత్యఙ్ సూర్యంచ మేహతి తస్య వృశ్చామి తే మూలం॥ అథర్వ 13-1-56

(1) "ఆర్యుఁడగు శ్రీరాముఁ డరణ్యమున కేగుటకు నే నిష్టపడియుంటినేని, పాపాత్ములను సేవకుఁడ నగుదునుగాక! సూర్యుని కెదురుగ మలమూత్రములను విడుతునుగాక! నిద్రించు గోవును గాలితోఁ దన్నుదునుగాక." (ఇది శ్రీరాముఁ డరణ్యమునకుఁ బోవుటకు నే నిష్టపడియుండలే దని భరతుఁడు కౌసల్యకడఁ జేసిన ప్రమాణములలోనిది.)

ఎంతయో గోవు గౌరవింపఁబడుచుండు పరీక్షిద్రాజ్య కాలముననే కురుజాంగలమునఁ గొన్నిప్రదేశములలో ధర్మవిరుద్ధములు జరుగుచున్నవనియు, రాజశాసన వ్యతిరేక కార్యములు చేయఁబడుచున్నవనియుఁ బరీక్షిన్మహారాజు విని, రాజపురుషులచేఁ బ్రతిక్రియలఁ జేయించిన, జరుగుచున్న యధర్మములకుఁ దోడు రాజపురుషుల యతిచారములు కొన్ని ప్రజోపద్రవకరములై యుత్పత్తిల్లుట లోకస్వభావ మని యెఱిఁగిన ధర్మప్రభు వగుటచే స్వయముగనే పోయి తదధర్మముల నణఁపఁదలఁచి యుచిత పరికరంబులు ధరించి రథారూఢుండై పోవఁబోవ నొక్కెడ భూధర్మ దేవతారూపంబుల నున్న గోవృషంబులఁ గలి ప్రవిష్టుండును రాజలక్షణలక్షితుండును నగు క్రూరుండగు శూద్రుండు సమీపించి,

---

(1) ప్రేష్యం పాపీయసాం యాతు; సూర్యంచ ప్రతిమేహ తు, పాదేన హంతు గాం సుప్తాం యస్యార్యోనుమతే గతః॥ రామా. అయో. 15-22.

శా. కైలాసాచల సన్నిభంబగు మహా
గంభీర గోరాజముం
గాలక్రోధుఁడు దండహస్తుఁడు కృపా
కారుండు క్రూరుండు జం
ఘాలుం డొక్కఁడు శూద్రుఁ డాసురగతిం
గారుణ్య నిర్ముక్తుఁడై
నేలం గూలఁగఁ దన్నెఁ బంచితిలఁగా
నిర్ఘాత పాదాహతిన్,

మఱియును,

శా. ఆలోలాంగక నశ్రుతోయ కణజా
లాక్షిన్ మహాంభా రవన్
బాలారూఢ తృణావళీ కబళనో
ద్భవ వ్యాప్త జిహ్వాగ్రి వాం
దోళస్వాంత సజీవవత్స నుదయ
ద్దుఃఖాన్వితిన్ ఘర్మ కీ
లాలాపూర్ణ శరీర నామొదవు ను
ల్లంఘించి తన్నె న్వడిన్.

ఇట్లాధేనువృషభంబుల రెంటెని, కంటకుండై తన్నుచు రాజలక్షణాముద్రితుఁడయిన శూద్రునిం దౌదవ్వులంజూచి సుపరికర స్యందనారూఢుండగు నభిమన్యునందనుండు కోదండ సగుణంబుచేసి మేఘగంభీరరవంబులగు వచనంబుల నిట్లనియె

శా. నిన్నుం గొమ్ములఁ జిమ్మెనో శదిసెనో
నిర్భీతివై గోవులం
దన్నం గారణ మేమి మద్భుజసనా
థక్షోణి నేవేళలం
దు న్నేరంబులు సేయరా దెఱుఁగవా!
ధూర్తత్వమున్ భూమి భృ
త్సన్నాహంబు గొనర్చి దెవ్వఁడవు? నిన్
శాసించెదన్ దుర్మతీ.

ఓరిదుష్టా! దండింపఁ దగనివారల దండించిన నిన్ను దండింతునని వృషభంబు నుద్దేశించి యిట్లనియె.

మ. కురుధాత్రీశ్వర బాహానప్రియుగళీ
గుప్తక్షమామండలిం
బరిక్షింపన్ భవదీయ నేత్రజసతాం
భశ్శ్రేణిఁ దక్కున్ జనుల్
దొరగఁజేయ రధర్మ సంజనిత జం
తుశ్శ్రేణి బాష్పంబులన్
గురుభక్తిన్ విదళింతుఁ జూడు మితనిన్
గోమూర్తి దేవోత్తమా!

అని భూదేవతయగు గోదేవితో నిట్లనియె.

సాధువులగు జంతువులకు
బాధలు గావించు ఖలుల భంజింపనిగా

జాధసు నాయున్నగ్గ
శ్రీధనములు వీటిఁబోవు సిద్ధము తల్లీ.

క. దుష్టజన నిగ్రహంబును
శిష్టజనానుగ్రహంబుఁ జేయఁగ నృపులన్
సృష్టి విధించె బురాణ
ద్రష్టలు సెప్పుదురు పరమ ధర్మము సాధ్వీ.

అని యిట్లు భగవద్ధర్మదేవతల బుజ్జగించి మహారథుం డగు ధనంజయపౌత్రుండు క్రోధాకారు మెఱుంగు తెఱంగు ధిక్కరించు తేజంబుతో దిక్కులకు నెక్కసంబయిన కలిని రూపుమాప నుద్యోగించిన, వాఁడును రాజరూపంబు విడనాడి వాడిన మొగంబుతోడ భయవిహ్వలుండై హస్తంబులు సాఁచి తద్రాజ పాదమూల విన్యస్తమస్తకుండై, పరిణామంబుసేసి చపలత మో రాజతిలకా! శరణాగతు రక్షింపుము. ఈతప్పు క్షమింపుమనినఁ బరీక్షిన్మహారా జిట్లనియె.

క. అర్జున కీర్తిసమేతుం
డర్జునపౌత్రుండు భయారనాదృశజనులన్
నిర్జితులఁ జంప నొల్లఁడు
దుర్జనభావంబు విడిచి తొలఁగు దురాత్మా.

నీవు పాపబంధుండవు. మదీయబాహుపాలితం బయిన మహీమండలంబున నిలువవలదు. రాజదేహంబున వర్తించు నిన్ను నసత్య లోభ చౌర్య దౌర్జన్య దురాచార మాయా కలహ

కపట కలుషాది ధర్మేతర సమూహంబు లాశ్రయించు. సత్యధర్మంబులకు నివాసంబగు నీదేశంబున నుండరా దని వానిని దేశాంతరగతుం జేసి, భూధర్మదేవతలం గాపాడె. ఇట్లు పరీక్షిత్తు సధర్మముగా సకలజనులకు నానందకరముగా నఱువదేండ్లు రాజ్యముం జేసెను.

పంచమానువాకము.

మృగయా వ్యసనము

వేఁట సప్తవ్యసనములలో నొకటియని ధర్మశాస్త్రజ్ఞులు గణింతురు. సింహవ్యాఘ్రాది ప్రాణిహింసక జంతుసంతతిని వేఁటాడుట ప్రజాపరిపాలనమున కొకప్పుడు ధర్మమగును. (1) "దుర్బలప్రాణుల జిఘాంసువు లైన ఝషంబులను, క్షుద్రద్రుమ పీడాకరంబు లైన నీడజంబులను, అనవద్యతృణాహింసానృశంసంబులగు మృగంబులను, మృగయావినోదంబున వధియించి మహీధవుండు కిల్బిషంబును బొందఁడు" అని రాజునకు వేఁట ధర్మకార్యముగా నొకఁడు చెప్పెను. ప్రభువు (2) "భోగియై బలిసిన, వేఁటచే మేదశ్ఛేదకృశోదరుఁడగుఁ గావున లాఘవముచే నశ్వాద్యుత్థానయోగ్య శరీరముకలవాఁ డగును. మఱియు,

(1) శ్రీహర్షునిమతము (2) కాళిదాసుని మతము.

జంతువుల భయక్రోధాద్యవస్థలఁ గాంచ వీలగును. బాణముల చే గుఱిచూచి కొట్టుటలో లక్ష్యశుద్ధిని గావించుకొనవచ్చును. కాన రాజులకు వేఁట దుర్వ్యసన మనంజనదు.” అని మఱియొక మహామహుఁ డనెను. కాని, నిర్బాధకజంతుసంతతిఁగూడ వేఁట నెపంబున వధింపఁబడుట యెట్టిధర్మమో?

మఱియు నేది హింస్రకజంతువో, యేదికాదో, యాయుధారోపణముఁ జేయు వేఁటకాఁ డెటులు నిర్ణయింపఁగలఁడు? పూరిమేసి యేరునీరు ద్రావెడి యేణగణంబుల వధించుటలో నెట్టి ధర్మము కలదు? గడ్డిని దినుటయె మృగంబులకు దోసం బగునెడల సదా యోషధీచ్ఛేదనంబుననె యుదరంబు నింపుకొనెడి మనుజసంతతి కూడ మనుష్యేతరజాతికి నధర్మియె యగుఁగాదె? కావుననె, అహింసాతత్త్వవేత్తలు వాతాంబు జీర్ణపర్ణాశను లగుచున్నారను వాదముకూడ చేయఁబడుచున్నది. వాతాంబులలోఁ గూడ సూక్ష్మకృమిసంతతి లేదా? దానిచే నెట్లహింస సిద్ధించునని *“ధర్మవ్యాధుండు” వచించె. ఎట్లయిన రాజులకుఁ గృతయుగమునుండి నేఁటివఱకు వేఁట ప్రజాసంరక్షణ పరత్వముకంటె వినోదముకొఱకె ముఖ్యముగాఁ జేయఁబడుచున్నది. ఎట్లైన నతివేల మగు వేఁట దుర్వ్యసన మసంజెల్లు. సకల ప్రాణి సాధారణానందకరమైన వసంతమునను, నీరికొఱకు క్షోభించెడి గ్రీష్మమునను, దప్పిచే నోరెండ నీ రెచ్చట లభించునా

*ధర్మవ్యాధుని చరితము మహాభారతమునఁ గలదు.

యని క్రోశములమేరనుండి వాపోవుచు వచ్చు మృగంబులం బొంచి వధించుటయో నెట్టిధర్మము, వినోదము, కలదో మృగయా నిపుణులగు ధర్మప్రభువులకే విశదము కావలయును. నేఁటి కాలమున నీ మృగయావినోదమునకై కొందఱు ప్రభువులు కొన్నిలక్షల రూప్యములను వెచ్చించి యరణ్యములయందు నీటిపట్టులఁ గొన్ని యంత్రసాధనములఁ గూడ నేర్పఱిపించుచుండిరఁట !

సాధుజంతువులగు గోవృషభంబుల పీడను జూచి సహింపని పరిక్షిత్తు, ఒకనాఁడు ధర్మమునియే ధనుర్ధరుండై, మునాశ్రమోపద్రవకర శ్వాపద శిక్షణమునకై మృగయా వ్యవహారోచిత వేషభాషాదికములు గలుగు పరివారముతోఁ గూడి, 'శ్వగణి వాగురికుల'చేఁ బ్రబధమాస్థితమగు, గహనముఁ బ్రవే ంచి, భూరి భూదారంబులను, అక్షీణైణంబులను, హింస్రశ ంహాంబులను, మాయకగోమాయువులను, జిఘాంసు వ్యాఘ్రములను, తక్కుంగల ముక్కడిమృగంబులఁ బెక్కుభంగులఁ ంపియుఁ, జంపించియు, మృగప్రళయంబుఁ గావించి, కసిదీఱమి నొక్క మృగంబువెంట ధూర్జటి యజ్ఞమృగంబును వెంబడించిన రీతిని వెంబడించి యేయ నది యలక్ష్యంబై కించిద్ఘాతంబగుటం బడక యదృశ్యం బగుడు నది యవమానకరం బని, దాని న్వెదకి పట్టుకొన నెంచి మిట్టపల్లంబులు వెదకుచు దారితప్పి దప్పికఁ వొడముడు, దాని నెందుం గానక డోలాందోళిత మాన

సుండై, పిపాసచే నెక్కడేని మృగంబు గాని పానీయంబు గాని కాన్పించునా యని వ్యసన పిపాసలు పురిఁగొన నరయుచుం బోయెను.

అట్లు పోవంబోవ, మొదవులచన్నులను వత్సంబులు గుడుచునప్పు డుద్గతంబగు ఫేనంబు లాహారంబుగాఁ గొని, విజనంబగు విపినస్థానంబున విజితేంద్రియుండై తపంబు సేయు వృద్ధుండగు "శమీకుని" సమీపించి 'విప్రోత్తమా! నాచే నేయఁబడిన మృగం బియ్యెడ కరుదెంచెనా?' అనుచు మౌనవ్రతంబున నుండుటయె కాక బహిరింద్రియములను సంయమించి చిత్తంబు నీశ్వరాయత్తంబు సేసియుండుటచేఁ బరీక్షిత్తును వీక్షింపక, వాని పలుకులు వినక, స్థాణువువలెనె శమీకుండుండఁ బరీక్షిత్తు చూచి యాతఁడు తన్నవమానించె నని తలంచి ఋషియని—సమాధి నిష్ఠాగరిష్ఠుఁడని—వృద్ధని—రాజు సత్పురుషు నవమానింపరా దని—తలంపక, సమీపంబునఁ జచ్చి దుర్గంధమిళితంబగు సర్పశవంబును వింటికొపున నెత్తి శమీకు నఱుతం బెట్టి యవమానించె. వ్యసని కుచితానుచితపరిజ్ఞానము సున్నయగుం గాదె? అప్పుడును శమీకుఁడు స్థాణువువలెనే యుండెఁ గాని పరీక్షిత్తు కించిద్విచార సంసక్తమానసుండయ్యెను, రాజసంబున సర్పంబుం దిగఁద్రోయకయె తన చక్కిం జని హాస్తిపురంబు ప్రవేశించి యథోచితంబుగ రాజ్యంబు సేయుచుండె.

ష ష్ఠా ను వా క ము.

పరిక్షిత్తు శాపతప్తుం డగుట.

శమీకునకు శృంగియను కుమారుఁడు గలఁడు. ఆతం డవంధ్యకోపి, తపస్వి, వాగ్మి, మేధావి, యువ. ఆతండు స్వాశ్రమంబునఁ గృశుఁడను మునిపుత్రుతో నాడునపుడు కృశుం డోడ శృంగి యాతని నెకసక్కెమాడె; అపుడు కృశుండు శృంగిం జూచి తండ్రియఱుత నొకరాజు చచ్చినపాము నిడ నాఁడుదానివలె మిన్నకుండిన నీ కెట్టి గౌరవ ముండె నన, శృంగి సక్రోధుండై "ఏమేమీ! నాతండ్రి కంధరంబున నొక్క రాజకిల్బిషుండు మృతసర్పంబు వైచెనే! చెప్పు చెప్పు"మని కృశుని చే సవిస్తరంబుగఁ బరిక్షిత్తుచే శమీకుం డవమానితుం డగుటఁ దెలిసికొని, మాతండ్రి నవమానించిన యధమావనిపుఁ డేడు దినంబులలోఁ దిగ్మతేజస్వి యగు తక్షకుని, విషంబున నవశ్యంబు మృతుం డయ్యెడు మని జలంబు లెత్తి శపించెను. పిమ్మటఁ దండ్రికడ కేగి యప్పటికిని వెలిని మఱచి లోన మనంబును బరమేశ్వరునంద సక్తంబుసేసిన తండ్రిం గాంచి ఖేదమానసుండై తండ్రి యంసంబున వ్రేలు మృతసర్పంబు నవలఁ బాఱఁజిమ్మె. కొంతతడవునకు శమీకుండు బహిరింద్రియంబులను మనంబునఁ బ్రవేశపెట్టి మెల్లన కాలుసేతులు కదలించి కనులు విప్ప నాతనితో శృంగి పరిక్షిత్తు నుద్దేశించి యతనివర్తనంబును దానాతని

కిచ్చిన శాపంబును విన్నవించిన శమీకుండు దుఃఖితుండై యిట్లనియె.

క. క్రోధము తపముం జెఱుచును
గ్రోధమ యణిమాద్యులైన గుణములఁ బాపున్
గ్రోధమ ధర్మక్రియలకు
బాధ యగుం గ్రోధిగాఁ దపస్వికిఁ జనునే ?

క. క్షమలేని తపసితపమును
బ్రమత్తు సంపదయు ధర్మ బాహ్యప్రభురా
జ్యము భిన్నకుంభములతో
యములట్టుల యధ్రువంబు లగు నవియెల్లన్.

"శృంగీ! క్షమ విడిచి నీవు క్రోధంబు చేకొని సకల క్షమారక్షకుండైన పరీక్షిత్తుం బరీక్షింపక శాపం బిచ్చితివి; చెట్ట చేసితివి. రాజరక్షితులయి కాదె మహామును లధికతపంబులు సేయుచు వేదవిహితానుష్ఠానంబుల నడపుచు మహాశక్తిమంతులై యున్నవారు? అట్టిరాజుల కపకారంబుఁ దలఁచునంతకంటెను మిక్కిలియగు పాతకం బొండెద్ది? మఱియు నరాజకంబైన రాజ్యంబున ననేకదోషంబు లుత్పన్నములగును; ఉద్వృత్తులను రాజు శాసించి ధర్మంబును నిలుపును; కాన, రాజును ధిక్కరింప రాదు. రాజుచే ధర్మము ప్రతిష్ఠింపఁబడును; రాజుచే యజ్ఞక్రియలు నిర్విఘ్నము లగును; యజ్ఞములవలన దేవతలు నిలచిరి; దేవతలవలన వాన కురియును; వానవలన సస్యములు ప

డును; సస్యములవలన మనుష్యాదులు జీవింతురు. కాన రాజే సమస్త జీవులకు నాధారము. దానంజేసి రాజునకు ద్రోహము దలఁపరాదు. మఱియుఁ బరిక్షిత్తుండు రాజమాత్రుండే? భరతకులపవిత్రుండు, ప్రపితామహుఁడగు పాండుభూపతివలె మనలఁ గాపాడుచుండెను.

ఉ. క్షత్రియవంశ్యులై ధరణి
గావఁగఁ బుట్టినవారు బ్రాహ్మణ
క్షత్రియ వైశ్య శూద్రులనఁ
గాఁగలజాతులవారలన్ స్వచా
రిత్రముఁ దప్పకుండఁగఁ బ
రిక్షితు కాచినయట్లు రామ మాం
ధాత్రి రఘుక్షితీశులు ము
దంబున గాచిరె; యేయుగంబునన్

“ఆతండు వ్యసనాసక్తుండు గావున రాజసస్ఖాలిత్యంబు నొంది నన్నవమానించి యుండును. అట్టి మహారాజు వచ్చినప్పు డాతిథ్య మీయకపోవుట మనతప్పు కాదె? ఏదేని ప్రక్రియ నాలోచించి శాపంబునకుఁ బ్రతిక్రియ సేయుట లగ్గు” అని శృంగి పశ్చాత్తప్తుం డయ్యె నిప్పటికె నాశాపోక్తులచేఁ దక్షకుం డుజ్జ్వలదవానాకృతి నొంది పరిక్షిద్వధోపాయంబున నుండు, నీకేల యుడుగు? నావచనంబు మోఘంబు గాదనె. శమీకుండు చింతించి, తనశిష్యుఁ డగుగౌరముఖుం, డనువానిం బిలిచి, నీ వరిగి

పరిక్షిత్తుతో యానవద్వృత్తాంతముం జెప్పి, తక్షకవిషాగ్నికిఁ దగిన మంత్రతంత్రౌషధక్రియలఁ గావించుకొమ్మనియు, జాగరూకతను మెలఁగుమనియుఁ, జెప్పి మన వాఁడేగి గుర్వానతిఁ బరిక్షిత్తునకు విన్నవించి క్రమ్మఱి గురుసన్నిధిం జేరెను.

సప్తమానువాకము.

—:o:—

పరిక్షిత్ప్రయత్నములు.

అకార్యకరణంబునకుఁ గించిత్పశ్చాత్తప్తుండగు పరిక్షిత్తు, తనచే శమీకుఁ డవమానితుం డయ్యు సత్త్వగుణప్రధానుండును రాజభక్తితత్పరుండునునై యవమానించిన తన్నుఁ బ్రాణావనోద్యుక్తుంగాఁ బురికొల్పుచుఁ బంపిన సందేశంబున కమితాశ్చర్యానందంబుల నొందె. శృంగియొక్క కోపప్రసారంబునకు మిగులఁ గుందె. పిదప, తక్షకునిబారినుండి తప్పించుకొను నుపాయంబుల మంత్రులతో నాలోచించి పురపరిసరమునందుండిన పుణ్యప్రవాహినియగు గంగాస్రవంతిలో నేకస్తంభనిర్మితంబగు ప్రాసాదంబును నిర్మింపఁజేసి, తత్ప్రాసాదంబున నేకతమ మంత్రులతోఁగూడి, రాజకార్యముల నడపుచు 'జాంగలికులు, అగదంకారులు, మంత్రతంత్రౌషధక్రియానిపుణులు, యోగులు, మునులు' దక్క నన్యుల కప్రవేశంబగునటులు దౌవారికులకు

సించి, సీమాంతముల శత్రునివారణమునకుఁ దగు సైన్యములఁ గాపుంచి, అనుమానితులఁ బరిశోధింపఁ గంటకశోధకులను జాగ్రత్తసెప్పి, మనుష్యశక్తికిఁ దగినరీతిని బ్రాణ రాజ్యత్రాణములకై జాగరూకుఁడుగ నుండియు "జాతస్య మరణం ధ్రువ"మ్మను నానుడికూడ వేఱొకప్రక్కను బురికొలుప నాధ్యాత్మిక చింతానిమగ్నుం డయ్యెను.

యోగీశ్వరసార్వభౌముండగు శ్రీశుకుండు తత్కాలాగతుం డగుటచేఁ బరిక్షిత్తది తనభాగ్యవిశేషంబ కాఁ దలఁచి యథోచితోపచారంబుల నబ్బాదరాయణి నర్చించి తనకుఁ గలిగిన వ్యసనాతిరేకము, శమీకున కొనర్చిన యపచారము, శృంగికోపప్రసారము, శమీకుని సాత్త్వికానుగ్రహము, తనజాగరూకతయుఁ జెప్పి, తనకు ముక్తి గలుగునట్లుపదేశంబుఁ జేయుఁ డని ప్రార్థింప నమ్మహర్షి యిట్లని వైరాగ్యోపదేశము నొనర్చెను.

అష్టమానువాకము.

శ్రీశుకోపదేశము.

క. గోవిందనామకీర్తన
గావించి భయంబుఁ దక్కి ఖట్వాంగధరి
త్రీవిభుఁడు సూఱకొనియెను
గైవల్యము తొల్లి రెండు గడియలలోనన్.

కావున నీ కేడుదినంబులు వ్యవధి యున్నది. ఇంతలో నింద్రియదమనంబు సేసి హరిపాదాంబుజంబుల నాశ్రయించిన ముక్తి దొరకుట యరుదే? అని తన వాక్పుణ్యంబు మీఱ సద్బోధంబు చేయుచు, ఎడనెడఁ బరీక్షిత్తు సేయు సంప్రశ్నంబుల కుత్తరంబులు సెప్పుచు షడ్దర్శనతత్త్వముల నిట్లు చెప్పెను.

—♦ సాంఖ్యదర్శనము ♦—

సాంఖ్యవిద్యావిధానమును వినుము. పురుషప్రకృతు లనఁ జేతనజడములు. ఇవి యనాదులు, స్వయంభువులు, సర్వసృష్టియుఁ బ్రకృతినుండి జన్మించినదేకాని, పురుషకృతముకాదు. దేహమునందుఁ బురుషుఁడు (ఆత్మ) నిమిత్తమాత్రుఁడై యుండి ముక్తిసమయమున నందుండి వేఱైపోవును. ప్రకృతి గ్రుడ్డివాని వంటిది. ఆత్మ కుంటివానివంటిది. స్వతంత్రముగా గ్రుడ్డివాఁడు గాని కుంటివాఁడుగాని నడువనేరఁడు. కాని, గ్రుడ్డివానిభుజముపైఁ గుంటివాఁడు గూరుచుండి తప్పుత్రోవను బోకుండఁ గనుపెట్టి యెంతదూరమైనఁ బోవచ్చునుగదా! అట్లే తటస్థుండగు పురుషుండును జడమైన ప్రకృతియుఁ గలిసి యీప్రపంచమంతియు నిర్మించుచున్నారు. యజ్ఞయాగాదికర్మములవలన ముక్తి లేదు. పురుషుఁడన నీశ్వరుఁడు కాఁడు. జీవుఁడే యగుఁగాన పరోపకారాదులవలననె ముక్తి కలుగు నందురు. వీరు నిరీశ్వరవాదులు. ఏతన్మతప్రవర్త 'కపిలమహర్షి'.

బౌద్ధమతము.

జీవేశ్వరులకుఁ గలసంబంధము లతీంద్రియములు, అవాఙ్మానసగోచరములు, అజ్ఞేయములు, కాన వానిని గుఱించి తెలిసికొనుట యనావశ్యకము. ప్రత్యక్షానుమానములే ప్రమాణములు; వేదాదిశబ్దములు ప్రమాణములు గావు. అని బౌద్ధుల ముఖ్యాభిప్రాయము. సౌగతులమతమున సృష్టినిగుఱించి నాలుగు ముఖ్యసిద్ధాంతములు గలవు. అవి 'భావన' లనఁబడును. అవి యెవ్వియన,

(1) "సర్వం దుఃఖం దుఃఖమ్ (3) సర్వం క్షణికం క్షణికమ్. (3) సర్వం స్వలక్షణం స్వలక్షణమ్. (4) సర్వం శూన్యం శూన్యమ్."

అనఁ బరిక్షిత్తు విని, వాని యర్థము వివరింప వేఁడుచుండి నన నిట్లు శుకయోగీంద్రుఁడు వివరించె.

(1) సర్వం దుఃఖమ్మన, సంసారమంతయు దుఃఖమయమనియు, నీసంసారమున సుఖము లేదనియుఁ దాత్పర్యము.

(2) సర్వం క్షణికమ్మన, ప్రతిపదార్థము క్షణకాలము మాత్రమె యుండును. ఉత్తరక్షణమున నుండదు. ఆత్మయనునది యొకస్వతంత్రద్రవ్యము కాదు; విజ్ఞానము, వేదన, సంజ్ఞ, సంస్కారము, రూపము నను పంచస్కంధముల పరిణామము. ఇపు డాలోచించునాత్మ పై క్షణమున నుండదు, క్రొత్తదివచ్చును. ఇది విజ్ఞానమయము. పూర్వవిజ్ఞాన ముత్తరవిజ్ఞానము

నవలంబించి తా నంతరించును. ఇట్లు విజ్ఞాన మెపుడును బ్రవహించుచుండును ఇది యొక నదివంటిది. ఎప్పటి కప్పుడు నవీనోదకము వచ్చుచుఁ బ్రాఁతనీరు పోవుచున్నను నదీసంజ్ఞ యొక్కటిగానె యుండురీతి నాత్మ యొక్కటియే యని చెప్పుట వ్యావహారికము. ఇది 'సౌగత' మత సాధారణధర్మ మగుటచే వీరికి క్షణికులను నన్వర్థనామము గలిగెను.

(౩) సర్వం స్వలక్షణ మ్మనుటంగో సృష్టిలోని యొక వస్తువుతో నింకొకవస్తువుం బోల్ప వీలులేదు. ఈవస్తు వావస్తువు వలె నున్నదనుట తప్పు. కావున నేవస్తులక్షణ మావస్తువుదే యగు, అన్యవస్తువునకుఁ జెల్లదు.

(4) సర్వం శూన్యమ్మన నేదియు లేదని యర్థము. సర్వశూన్యవాదులలో (౧) యోగాచారులు (౨) మాధ్యమికులు (౩) సౌత్రాంతికులు (౪) వైభాషికులు నను చతుర్విధవాదులు కలరు. (౧) యోగాచారులు బాహ్యశూన్యత్వము నంగీకరించి విజ్ఞానమె సత్య మనిరి. (౨) మాధ్యమికులు సర్వము శూన్యమే యనిరి. దీనింబట్టియే బౌద్ధమతమునకు సర్వశూన్యమత మని లోకంబునఁ బ్రసిద్ధి కలిగె.

(౩) సౌత్రాంతికులు, బాహ్యార్థములు కేవల మనుమేయములు; ప్రత్యక్షములు కావనిరి. (౪) వైభాషికులు బాహ్యార్థములే ప్రత్యక్షములు, విజ్ఞానమే యనుమేయ మనిరి

ఇందువలననే బౌద్ధులు బాహ్యవాదు లను నెపము పెట్టి తదితర మతస్థులు వారిని "బాహ్యకు" లనిరి.

బౌద్ధమతమునఁ గర్మమున కెక్కుడు ప్రాముఖ్యము గలదు. కర్మమన యజ్ఞ యాగాదికము గాదు. మనుజుఁ డొనరించు పనులన్నియుఁ గర్మము లనియే యర్థము; మనుజుఁడు తా నొనరించు సదసత్కర్మములఫలము ననుభవింపక తప్పదు. దానికిఁ బ్రాయశ్చిత్తము లేదు; తప్పించుకొన వీలులేదు; అందులకై పునర్జన్మముల నెత్తవలసి యుండును. కాన జన్మరాహిత్యముఁ గోరువారు కర్మసన్న్యాసముం బొందవలయును. ఈబౌద్ధమతమునకుఁ గలియుగమునఁ బ్రచార మెక్కువ కాఁ గలదు. ఈమతప్రవక్త శాక్యుఁడు.

పూర్వమీమాంస.

ఇది వేదప్రధానమతము సాంఖ్య, సౌగతమతముల నిట్లిది ఖండించుచున్నది.

(1) "సుగతుఁడే (బౌద్ధప్రవక్త) ధర్మజ్ఞుఁ డందుమా, కపిలుఁడు (సాంఖ్యమతప్రవక్త) ధర్మజ్ఞుఁడు కాఁ డనుట కేమైన కథ గలదా? వా రిద్దఱు ధర్మజ్ఞులే యందుమా? వారి కభిప్రాయభేద మేల కలుగవలెను?"

కావున సాంఖ్య సౌగతమతములు ముక్తి నొసంగఁజాలవు.

(1) శ్లో. సుగతో యది ధర్మజ్ఞః కపిలో వేతి కా కథా
తావుభౌ యది ధర్మజ్ఞౌ మతిభేదః కథం తయోః.

కాన (1)"వేదమంతయు ధర్మమునకు మూలము; దానిఁ దెలిసినవారు చెప్పు స్మృతులు, వారి చర్యలును ధర్మమునకు మూలము; సాధువుల యాచారములును ధర్మమునకు [illegible] ధర్మముఁ జెప్పువారు లేనపు డాత్మకుఁ దృప్తి నొసంగునది [illegible] ధర్మమె యగును."

కాన వేదోదిత నిత్యనైమిత్తిక కర్మములు [illegible] ధర్మమును నొకదేవతావిశేష [illegible] స్వర్గాది సుఖముల నొసంగును. అని, పూర్వమీమాంసాశాస్త్రజ్ఞులు నుడువుదురు. ఏతన్మతప్రవక్త జైమినిమహర్షి.

యోగసిద్ధాంతము.

ప్రాణాయామాది సాధనములవలన [illegible] యములను స్వాధీనపఱచుకొని సమాధినిష్ఠాగరిష్ఠులై మోక్షము నొందవలయు నందురు. తన్మతప్రవక్త "పతంజలిమహర్షి."

న్యాయదర్శనము.

యథార్థజ్ఞాన సంపాదనమునకై ప్రత్యక్షము, అనుమానము, ఉపమానము మొదలగు వానిగుఱించి చెప్పును. [illegible] పక్షములవారి సిద్ధాంతములను ఖండించు యుక్తులే యిందు విపులముగాఁ గాన్పించును. ఈశ్వరతత్త్వ మిందు [illegible] యున్నది. ఏతన్మతప్రవక్త "గౌతముఁడు."

---

(1) శ్లో. వేదోఖిలో ధర్మమూలమ్ స్మృతిశీలే చ తద్విదామ్
ఆచారశ్చైవసాధూనా మాత్మనస్తుష్టిరేవ చ (మనుస్మృతి.)

వైశేషికదర్శనము.

ఇది న్యాయదర్శనమును సర్వవిధములఁ బోలియున్నది. ఇందు పరమాణువాదము ముఖ్యము. పరమాణువులు, అణుక ద్వ్యణుకాదినముగ వానిచే యీప్రపంచముగా సృష్టింపఁబడెను. జగత్తునందుండు ప్రతిపదార్థమును, అణుమయము యగు. అణు సంయోగమువలననే సుఖదుఃఖములు, ధనిక నిర్ధనికత్వములు, రోగములు, తన్నివారకౌషధములు మొదలగునవి కలుగుచున్నవనియుఁ, బ్రళయకాలమున నీపదార్థములన్నియు నశించి యీ ప్రపంచము పరమాణువులుగా మారుననియు, వీరిమతము. ఈ మతమున నీశ్వరనామమె మృగ్యమగుట నీమతమును నిరీశ్వరమత మనఁ జెల్లును. ఈమత ప్రవక్త "కణాదుఁడు." పై న్యాయ వైశేషికదర్శనములను, తర్కశాస్త్ర మందురు.

ఉత్తరమీమాంస.

(వేదాంతము)

ఇది మత్పిత్పాదులగు బాదరాయణులవారు ప్రవక్తగాఁగలది. జీవ బ్రహ్మ సంబంధములగు నుపనిషద్వాక్యముల నేఱి బాదరాయణ సూత్రములను పేర మద్గురు పుంగవుం డొనరించెను. ఈసూత్రములకే 'బ్రహ్మసూత్రము' లని పేరు. ఇందుఁ జేర్పఁబడిన యుపనిషద్వాక్యములను "ఉపబృంహణ వాక్యము" లందురు. ఇందాత్మానాత్మవివేకము, జీవబ్రహ్మ సంబంధము, విపులముగాఁ జెప్పఁబడెను. ఈమతముపై ద్వైతాద్వైత విశిష్టాద్వైతాభిప్రాయములు గలవు.

ద్వైతము.

జీవుఁ డెప్పుడు నీశ్వరుఁడు కానేరఁ డనియు, [illegible] దేహధారియై పరలోకమున జీవుఁడు సుఖదుఃఖము లనుభవించు ననియు, జీవుఁ డుత్కృష్టపుణ్యకర్మములచే నీశ్వరసాన్నిధ్యము నొందు ననియు, ద్వైతమతము చెప్పును.

అద్వైతము.

ఈమతమున జీవుఁ డీశ్వరుఁ డగుటకు సత్కర్మముల నాచరించుచు, తత్కర్మఫలత్యాగి కావలయునని చెప్పఁబడును. శివ విష్ణ్వాది భేదము లనవసరము; ఏదేవుం బూజించినఁ బూజింపవచ్చునని యద్వైతమతము చెప్పును.

విశిష్టాద్వైతము.

ఇందు జీవుఁ డీశ్వరుఁడు కానేరఁడు గాని, జీవుఁడు ముక్తసమయమున నీశ్వరునకు సాటియగు స్వరూపము నవలంబించునని చెప్పఁబడును. కొంద శ్రీమతాస్థులు లక్ష్మీసమేతుఁ డగు విష్ణునే పరతత్త్వ మందురు వారిని వైష్ణవు లనం జను. మఱికొందఱు పార్వతీసమేతుఁ డగు శివుఁడే పరతత్త్వమందురు. వారిని శైవు లనం జను.

ద్వైతాద్వైత విశిష్టాద్వైతమతములకు, ఉపనిషత్తులు, బ్రహ్మసూత్రములు మాత్రమేకాక, యుష్మత్ప్రితామహుం డగు నర్జునుండు కురుక్షేత్రసంగ్రామసమయంబున సర్వజనసంహారకారణం బగు ప్రవిదారణంబునకు విచారించుచు మా

హోపహతచేతస్కుం డగునపుడు, ముహూర్తమాత్రంబుననే తన్మోహమును బాపిన శ్రీకృష్ణభగవానుని యుపదేశవాక్యములగు భగవద్గీతలును బరమప్రమాణములు. ఏమతమైనను ముక్తి నొంద నను వగును. కాని భక్తిమతమె త్వరితముగ మనుజు ముక్తి నొందించుటకు దగ్గఱదారిం జూపు నని శ్రీశుకుండు చెప్పఁ బరిక్షిత్తు, భక్తిమతమున కెట్టి సాధనములు కలవు ? ఎట్లు దేవదేవుని భజింపవలయును. అని యడుగ, శుకయోగి యిట్లు సెప్పెను.

మనోవాక్కాయకర్మములచే ‘సఖ్యము, శ్రవణము, దాసత్వము, వందనము, అర్చనము, సేవ, ఆత్మలో నెఱుక, సంకీర్తనము, చింతనము’ అను నీతొమ్మిదిమార్గములచే శ్రీహరిని నమ్మి సేవించినయెడల ముక్తి నొందవచ్చును.

అని హరిసేవావిధానంబు లుపదేశించి, పరమేశ్వరుని విరాట్స్వరూప మభివర్ణించి, పరిక్షిన్మనంబునఁ బరమేశ్వర భక్తి తత్త్వంబు పాదుకొనం జేసి, యూతనితో శుకయోగి మఱియు నిట్లనియె.

ఉ. ఏను మృతుండ నౌదు నని
యింతభయంబు మనంబులోపలన్
మానుము, సంభవంబుగల
మానవకోట్లకుఁ జావు నిత్యమా,

గాన హరిం దలంపు మిఁక
గల్గదు జన్మము నీకు ధాత్రిపై
మానవనాథ! పొందెదవు
మాధవలోక నివాస సౌఖ్యముల్.

అని చెప్పి శుకయోగి యథేచ్ఛముగఁ జనఁ బరిక్షిత్తు దేహాపతనపర్యంతము సేయఁగల యుచితకర్మములఁ జేయుచు,

ఆ. సుతుల హితుల విడిచి చుట్టాల విడిచి యి
ల్లాలి విడిచి బహుబలాళి విడిచి
రాజు హృదయ మిడియె రాజీవనయనుపై
ధనము విడిచి జడ్డుదనము విడిచి.

న వ మా ను వా క ము.

తక్షకుని ప్రయత్నములు.

తక్షకుఁడు శృంగిచేఁ బ్రేరితుండై పరిక్షిత్పితామహుం డగు నర్జునుడు తొల్లి, ఖాండవదహనంబునఁ దనకును దన యనుయాయులకును నిక్కట్టు కలుగఁజేసి, అపకారంబు సేయుటయె కాక, అప్పుడ తన జ్ఞాతి యగు నశ్వసేనుతల్లిని వధించియు, కర్ణయుద్ధంబున నశ్వసేను వధించియు, తనజాతికి మహాకార కార్యంబులఁ జేసియుండుటచే నాతనిపౌత్రుఁ డగు పరీక్షిత్తు నైన వధించి పగ నీఁగుదు నని తలంచి, ప్రత్యక్షయుద్ధంబునఁ బరిక్షిత్తుఁ జెనక శక్యంబు గాదని, స్వభావంబుననె కుటిలవర్తనుం

డగుటచే, కుటిలవర్తనముననే యాతనిం జంప నిశ్చయించి, తనకుఁ దోడుగఁ గొందఱు భుజంగులఁ గొని, మాఱువేసంబుల నవలంబించి హస్తిపురి కేతెంచుచుండెను.

కశ్యపుని కథ.

తక్షకుఁడు విషప్రయోగంబుననే పరిక్షిత్తును వధించునని కురుదేశమునం దంతటను జనులు చెప్పుకొనుచు, పరిక్షిత్తుపైఁ గల భక్తిచే విచారమగ్నులగుచుండ 'జాంగలికుండును, మహాతపస్వియు నగు కశ్యపుఁడను విప్రుండు విని, నిస్స్వుండుగాన పరిక్షిత్తునకు విషప్రయోగంబైనఁ దాను బ్రతికించి, దేశోపకారమును జేసి, రాజుచే నమితమగు బహుమతి పొందవచ్చునని తలంచి, విషాపనోదకములగు మణిమంత్రౌషధాదులఁ గొని యొకజనపదంబునుండి హస్తిపురి కేతెంచుచుండెను. అట్లు వచ్చు కశ్యపుని, తక్షకుఁడు హస్తిపురికి గవ్యూతిమాత్రదూరంబున దారసించి విప్రోత్తమా! మీ దేయూ రెచ్చటి కేఁగుచుంటి రేయేవిద్యల నభ్యసించితి రని, ప్రస్తావనపూర్వకంబుగ నడుగ నాతం డిట్లనియె.

కశ్య—దేశమును సుభిక్షముచేసి సత్పరిపాలనము సేయు శ్రీమత్పరిక్షిన్మహారాజు నొక బేలయగు విప్రుఁడు గినిసి, కురుదేశముపైఁ గన్నువైచి యెట్టులైన నీదేశమున కుపద్రవము గల్పింపఁదలఁచు తక్షశిలానగరాధీశుండగు తక్షకుని, బ్రోత్సహింప, భుజంగుండును రంధ్రాన్వేషియు నగు నాతక్షకుండు

ప్రత్యక్షంబుగఁ బరిక్షిత్తుతో ననిసేయలేక విషప్రయోగంబునఁ గుటిలగతి నామహారాజుం జంప యత్నించుచుండె నని వింటిని.

తక్ష—అగుఁగాక మీ కిందుఁ బ్రసక్తి యేమున్నది.

కశ్య—నేను జాంగలికుఁడను ; ఎట్టి విషప్రయోగంబు లైనఁ ద్రుటిలోఁ బాపఁగలను ; నా ప్రభువునకె యట్టి యిక్కట్టులు సంభవించిన నాప్రజ్ఞం గనఁబఱచి నే నాతని విషవిముక్తుం జేయుదును.

త—తక్షకుం డాశీవిషాగ్రేసరుఁ డని యెఱుఁగవా ?

క—అగుఁగాక! నే నాతని జ్ఞాతను ; మఱియు నాతని విషంబులఁ ద్రుటిలో నివారింపఁగలను ; నారాజునకు, దేశమునకు, సంభవించు నుపద్రవంబును బోఁగొట్టి సంరక్షింప సిద్ధముగ నుంటిని.

త—కశ్యపర్షీ ! నీదేశభక్తికి, రాజభక్తికి, మెచ్చితిని. నేన యాతక్షకుఁడఁ నీ వెంతవాఁడవయ్యును నావిషాగ్ని నార్ప లేవు. నిదర్శనముఁ జూడుమని, సన్నిహితంబును, పెక్కులూడల తోఁగూడినదియు నగు నొక్క న్యగ్రోధముపైఁ దనవిషంబు నుపయోగింప నది భగ్గున మండి భస్మశేషంబయ్యె. దానిని దక్షకుండు కశ్యపునకుఁ జూపి దీని కెట్టి చికిత్సఁ జేయఁగల వని యెను.

క—చూడుము నాప్రజ్ఞ నని యాభస్మముఁ జక్కఁగఁ బ్రోగుఁజేసి మంత్రోదకముం బ్రోక్షింప నది యంకురించి

యంతన, ద్విదళితంబై—విటపియై—యెప్పటివలెఁ బెద్ద మఱ్ఱియై—సకల జంతుసంతానముతోఁ గూడియుండె నావృక్షంబును నంతకు ముందు మఱ్ఱాకులకై హస్తిపురినుండి వచ్చి చెట్టు నధిరోహించిన శ్రోత్రియబాలుండును జచ్చి తిరుగ బ్రతికి విటపాంతర్హితుండై వీరల నుడువులు వినుచు సేదఁదేలుచుండెను.

త—(ఆశ్చర్యాతిశయంబు నొంది) విప్రోత్తమా! నీ మహిమకత్యానందాశ్చర్యములం బొందితిని; పరిక్షిత్తిచ్చు ధనముకంటెఁ బెక్కుమడుంగులు ధనము నీ కిచ్చెదను. పరిక్షిత్ప్రాణ సంరక్షణోద్యమమును మాత్రము మానుము.

క—నీవు సేయుపని నాదేశమునకు ముప్పుఁగలిగించును; నాదేశమిపుడు రాజన్వంతము. నీవు, పాండవులు పరలోకప్రాప్తి నొందిన సందుఁజూచి శకునిపౌత్రుని మోసగించి, గాంధారదేశమును ధ్వంసముఁజేసి, తక్షశిలారాజ్యమును స్థాపించితివి. అట్లె మాకురుదేశముఁగూడ ధ్వంసముం జేయఁదలఁచితివా? నీవు పాలించినయెడల రాజన్వంతంబగు కురుదేశము జిహ్మగుండవగు నీచే రాజవంతమె యగునుగాని, రాజన్వంతము కానేరదు.

త—నీరాజభక్తికి మెచ్చితిని, నీజాతివాఁడు—తపస్వి—వృద్ధుఁడు—అనపరాధియు నగు, శమీకు నవమానించిన రాజు నిన్ను నే యవమానింపఁడనుట కేమి నిదర్శనము? నేను మీ జాతియందుఁ బ్రేమకలవాఁడనై, శృంగి యుపదేశముచేతనె

పరిక్షిత్తుఁ జావ నేతెంచితివి; గాంధార రాజ్యము నాక్రమించి నటులు మీ కురురాజ్యము నాక్రమింపను.

క—దేశమున కుపద్రవము వచ్చినపుడు జాతి మతభేదము లుండరాదు. కుటిలగమనుఁడగు నిన్నుఁ బ్రేరేపించిన మాశృంగియు నాకు శత్రుఁడ; ఏమైనం గానిమ్ము; నీవు మా దేశము నాక్రమింప వనుటకు నమ్మక మేమి? నీమాట కే నొడంబడను.

త—(తనలో) ఈతనికిఁ బట్టుదల మితిమీఱియున్నది. పరిక్షిత్తును నేను చంపినను, ఆతఁడు చేసిన లోకోపకార కార్యములచేఁ బ్రజల కాతనిపై భక్తి మిక్కుటమై యున్నది. అందువలన నాగులు దేశ మాక్రమింప దేశస్థు లంగీకరింపక తిరుగఁబడి నా తక్షశిలారాజ్యమును ధ్వంసముఁ జేసి నన్ను రాజ్యభ్రష్టునిగఁ జేయఁగలుగుదురు; అందుల కీ బీదబాఁపని వాక్యములె తార్కాణములు. ఎట్టులైన మిత్రుఁడగు శృంగి పని నెఱవేర్పవచ్చిన నేను మోఘకార్యుఁడనని నాగు లనుకొన కుండఁ దగిన యుపాయము కావింపవలయును. ఇట్లు తప్పక సేయుదును.

(ప్రకాశముగా) కశ్యపా! నీవాక్యముల కానందించితిని. నీ వొకపని నే నొకపని చేకొని చేయుట యుక్తము. [illegible] నొప్పిన నీదేశము వంకకుఁ దేఁకచూడను రాజప్రాణ

లను మాత్రము నాకు వదలుము. నీదారిద్ర్యవిచ్ఛిత్తి యగు నంతకంటె మితిమీఱిన ద్రవ్యము నీకొసంగెదను; పరిక్షిత్తు కుమారుఁడే రాజగును; నేను మీదేశమున నుపద్రవము గావింపను; నమ్ముము. దీనికి నీ వంగీకరింపుము. నావారియెదుటఁ జేసినప్రతిన నిజమేర్పనిమ్ము. దీనికి నీ వాటంకపఱచిన యెవనికెక్కు వారు చూచుకొనవలసి యుండుదును అప్పుడు నా సైన్యముతోఁ మీదేశముపై దండయాత్ర సలిపెదను. భవిష్యత్తు దైవాధీనము యగు. నేను నొక రాజమాత్రుఁడ; ప్రతిష్ఠాసర్వహానము నాకును విధియని తలంపుము.

క—(తనలో) వీఁడు నిట్లనుచుండు. దేశముపై దండయాత్ర నడపిన దేశోపప్లవము గలుగు; ఆడినమాట తప్పకుండఁగ నీతఁడు పరీక్షిత్తునుమాత్రము సధించినఁ గొంత మేలె యగు; అనపరాధి యగు శమీకు నవమానించినందుకు కాతఁడు ప్రతిఫల మనుభవింపఁదగు. అయిన నాతని కుమారుఁడు రాజు కాఁగలఁడుకదా! నా కామితధనముకూడ లభింప నున్నది. అని తలంచుచుఁ దక్షకునితో (ప్రకాశముగా) తక్షకా! నీవు నీ ద్విజిహ్వతఁ జూపిన నా మంత్రతంత్రములచే నీరాజ్యమును, నిన్నును, నశింపఁజేయుదును. కాన మాటనిలుపుకొమ్ము. పరీక్షిత్తు నీ వెటులుసేసిన నే నంగీకరింతును. అనపరాధియగు తపస్వి నవమానించినందుకు కాఫలము పరిక్షి త్తనుభవించుఁగాక; తత్కుటుంబమువారి కుపద్రవము రానీయకుము నీవును మద్గోత్ర

జుండ వగుట, నీప్రతినను నిర్వహింపఁజేయుటయు నాకు విధియే. నా కెంత ధన మిచ్చెదవు?

త——నీ చెప్పినచొప్పునఁ జేయుదును. కురురాజ్యమునకుఁ గాని, పరిక్షిద్వంశజులకుఁగాని యెట్టి యుపద్రవమును రానీయను, నీ కిదె కోటినిష్కములు నిచ్చుచున్నాను. అని తనభృత్యులచేఁ గొనిరాఁబడు ధనములోఁ గోటినిష్కంబుల నెంచి, వేసడింబులపై వేయించి, పరిరక్షకులతోఁ గశ్యపునింటికిఁ జేర్చ నాజ్ఞాపించెను. కశ్యపుఁడును దన జీవితంబున నంతటి ధనరాశిం జూడనివాఁ డగుట నత్యానందము నొంది స్వజనపదమునకు వెడలిపోయెను.

భేదోపాయముచే నట్లు కశ్యపుని లోఁబఱచుకొని తక్షకుఁడు, అనుయాయులతో హస్తిపురిఁ జేరి రాజప్రాసాదముఁ జేరు నుపాయములఁ గానక, రాజు మంత్రతంత్రౌషధవిదులగు వచాటబ్రాహ్మణులకు, బైరాగులకు, మాత్రము ప్రవేశము నిచ్చుచున్నాఁడని విని, తన యనుయాయులగు నాగకుమారులకు మునిశిష్యుల వేసములు వేయించి మంత్రోదకములు, మంత్రించిన ఫలములు, ఓషధులు, వారు తమ యాశ్రమము నుండి తెచ్చినటు లభినయింపఁజేసి పంపెను. అట్లు పంపఁబడిన పండ్లలోఁ గొన్ని విషప్రయుక్తంబగునటులు విషక్రిమిదష్టంబు లైనవియు, మఱికొన్ని మూర్కొనినంతన చంపువిషమును

బ్రవేశపెట్టనీయుఁ గలవు. ఇట్లు వారల నంపి తాను తిరస్కరణీ విద్యచేఁ బ్రై నుండెను. అకృత్రిమవేష నాగులు, దౌవారికుల చే ఋష్యాశ్రమములనుండి విషాపనోద మంత్రోదకఫలాదులఁ దెచ్చితిమని రాజునకుఁ గబురంపి, ప్రవేశమున కనుజ్ఞనొంది, ప్రవేశించి (1) "దీర్ఘమాయురస్తు" అని కపటాశీర్వచనముఁ జేసి, ఇవి మున్యాశ్రమానీతంబులు, మాగురువులు మీ కంపి రని యనామతరు లగు మునులపేరులు సెప్ప, కాలకర్మవశం బున నాతఁడు వానిని స్వీకరించి, వారి నిర్గమనంబున కనుజ్ఞ నిచ్చి, శుకోపదేశమున నిట్లు పరమేశ్వరుని ధ్యానించుచుండెను.

—— పరమేశ్వరనుతి, పరీక్షిన్మరణము. ——

ఉ. ఏవిభు వందనార్చనము
లేవిభుచింతయు నామకీర్తనం
బేవిభు లీల లద్భుతము
లెవ్వఁడు సంశ్రవణంబు సేయ, దో
షావలిఁ బాసి, లోకము శు
భాయతవృత్తిఁ జెలంగునగ్రఁడు నే
నావిభు నాశ్రయించెద
నఘౌఘనివర్తను భద్రకీర్తనున్.

---

(1) దీర్ఘం + ఆయుః (లేక) దీర్ఘ + మాయుః, అని పదవిభాగము. (మాయుః = పైత్యరోగము.)

ఉ. ఏపరమేశు పాదయుగ
మెప్పుడుఁ గోరి భజించి, నేర్పరుల్
లోపలిబుద్ధితో నుభయ
లోకములందును జట్టుఁ బాసి, యే
తాపము లేక, బ్రహ్మగతిఁ
దారు గతశ్రములై చరింతు రే
నాపరమేశు మ్రొక్కెద న
ఘౌఘనివర్తను భద్రకీర్తనున్.

చ. తపములఁ జేసియైన మఱి
దానము లెన్నియుఁ జేసియైన నే
జపములఁ జేసియైన ఫల
సంచయ మెవ్వనిఁ జేర్పకున్న హే
యపదములై దురంతవిప
దంచితరీతిగ నొప్పుచుండు న
య్యపరిమితున్ భజించెద న
ఘౌఘనివర్తను భద్రకీర్తనున్.

మ. అణువో, కాక కడున్ మహావిభవుఁడో,
యచ్ఛిన్నుఁడో, భిన్నుఁడో,
గుణియో, నిర్గుణుఁడో, యటంచు విబుధుల్
గుఱిభావింత్రెవ్వా

ర్గణులై యేవిభు పాదపద్మభజనో
త్కర్షంబులం దత్త్వవి
క్షణముం జేసెద రట్టి విష్ణుఁ బరమున్
సర్వాత్ము సేవించెదన్.

ఉ. ఎవ్వనిచే జనించు జగ
మెవ్వనిలోపల నుండు లీనమై
యెవ్వనియందు డిందుఁ బర
మేశ్వరుఁ డెవ్వఁడు మూలకారణం
బెవ్వఁ డనాది మధ్య లయుఁ
డెవ్వఁడు సర్వముఁ దానయైనవాఁ
డెవ్వఁడు వాని నాత్మభవు
నీశ్వరు నే శరణంబు వేఁడెదన్.

అని పరిక్షిత్తు పరమేశ్వరుఁ బ్రార్థించుచు, మహాముని కుమారులు సన్నిధి నుంచిపోయిన ఫలంబులం దక్కలనన్ని హితులగు మంత్రులకుఁ గొన్ని యిచ్చి, అందుఁ జూపున కందంబుగ నున్నఫలం బొండు తీసి మూర్కొనఁడు, అందుండు పరిమళమిళితమైన విషము శ్వాసనాళములలోనికిఁ జొచ్చి రక్తప్రసారము నాపుచుండె; అంతలో రాజు మూర్ఛ నొందుచు నందుండు క్రిమిసంఘాతపుఁ గాటుచే నసువులను విడిచెను. సన్నిధి నున్న మంత్రులు స్వహస్తస్థితఫలంబు లట్టివ యగునని వానిం బాఱవైచుచు విషవైద్యులఁ బిలుచుతొందరలో నుండఁ

దక్షకుఁ జాతని నైపుణ్యముచే నాప్రాసాదంబున కగ్నిఁ దరికొల్ప నది యొకక్షణమునన రాజశవంబుతో భస్మీపటలం బయ్యె; తత్ప్రాసాదస్థ పరివారం బెటులనో ప్రాణంబులతో నీవలం బడిరి. భయభ్రాంతులై వారు చూచుచుండఁగనే తక్షకుండును మాయామాణవక వేషధారు లగు నాగులును, నల్లని దీర్ఘ దేహంబులతో నంతిలోన యదృశ్యులైరి. హఠాత్కృత మగు నీదారుణకర్మమునకుఁ బ్రతి సేయనేరక రాజకుటుంబరక్షణమును రాజ్యరక్షణమును, అమాత్యులు జాగరూకులై చేయుచు, పంచ శరద్వయస్కుఁడు బాలుఁడు నగు జనమేజయుపైఁ గర్తవ్య ముంచి పరిక్షిత్తునకుఁ బారలౌకికక్రియలు పురోహితుఁడు సేయునటులఁ జేయించిరి. పితృమేధానంతరమునఁ బౌర పురోహిత మంత్రి దండనాథులు కూడి జనమేజయునిఁ గురురాజ్యమునకుఁ బట్టాభిషిక్తుం జేసిరి.

ఇది

శ్రీమత్కౌండిన్యగోత్ర పవిత్ర పెండ్యాల వేంకయాఖ్యపుత్ర
మహాభారతచరిత్ర వ్యవసాయచరిత్రాది బహుగ్రంథ
ప్రణేతృ వేంకట సుబ్రహ్మణ్యశాస్త్రి విరచితం
బగు పరిక్షిచ్చరితంబు సర్వంబును
స మా ప్త ము.

లఘుటిప్పణి.

—:0:—

అ

అంసలుఁడు=బలిసినవాఁడు

అగదంకారుఁడు=వైద్యుఁడు

అటమటము=వ్యర్థము

అతివేలము=హద్దుమీఱినది

అనుయాయులు=కూడవచ్చువారు

అనువాకము=కొన్ని 'పనసలు' గల వేదభాగము

అఘ్లుబాణములు=వ్యర్థముకాని బాణములు

అలక్ష్యము=కనఁబడనిది

అవంధ్యము=వ్యర్థముకానిది

అశ్వసాది=గుఱ్ఱపురౌతు

అసదు=తక్కువ

అహంభావము=గర్వము

ఆ

ఆందోళిక=అందలము

ఆకర్ణనము=వినుట

ఆజ్యము=నేయి

ఆశీవిషము=పాము

ఆసంది=నాల్గువైపులను సమముగ నుండు మంచమువంటి యొక యాసనము

ఇ

ఇల్లడ=పదిలమని చెప్పి యొప్పగించుట

ఇతోధికము=ఇంతకంటె హెచ్చు

ఈ

ఈఁగు=తొలఁగించు

ఉ

ఉత్తరలోమము=పైనిరోమములు కలది

ఉత్తానీకృతము=వెల్లికిల చేయఁబడినది

ఉద్ఘాటితము=దెప్పిపొడవఁబడినది

ఉద్వృత్తులు=గర్వముకలవారు

ఊ

ఊనషోడశము=పదునాఱింటికిఁ దక్కువ

ఊషరము=చవిటి నేల

ఏణము=లేడి

ఒ

ఒరగొడ్డెము=మనసును నొప్పించె మాట

ఔ

ఔదుంబరము=మేడిచెట్టు సంబం మైనది

క

కంధరము=మెడ

కదళీవంధ్య=అరఁటిచెట్టువలె నొకసారి ప్రసవించిన స్త్రీ

కరగ్రాహి=కప్పముపుచ్చుకొను వాఁడు.

కరరము=మొలక

www.ingramcontent.com/pod-product-compliance
Lightning Source LLC
LaVergne TN
LVHW020122220825
819277LV00036B/542